కీర్తి శేషులు శ్రీ దిగవల్లి వేంకట శివరావు గారి

జ్ఞాపకాలు

"విన్నంత, కన్నంత, తెలిసినంత"

సంపాదకుడు

డా.దిగవల్లి రామచంద్ర.

REMINISCENCES

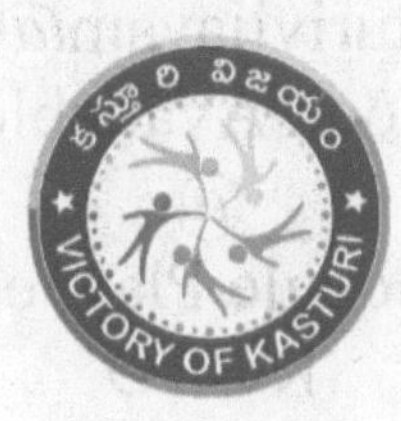

Jnapakaalu (Part 1)
of
Digavalli Venkata Siva Rao
Edited by
Dr.Digavalli Ramachandra
Cell Phone: 8106216512 /9441190133

Copy Right:Dr. D.V SivaRao

Published By: Kasturi Vijayam
Published on: June,2023

ISBN (Paperback): 978-81-963075-4-7

Print On Demand

Ph:0091-9515054998
Email: Kasturivijayam@gmail.com
Book Available
@
Amazon, flip kart, Google Play, ebooks, Rakuten and
KOBO

లోగడ నేను అప్పుడప్పుడు వ్రాసియున్న నోట్సును బట్టి – పాత ఉత్తరాలు,
రికార్డులు, విడి కాగితాలు, పుస్తకాలు మొదలైన వ్రాత పత్రాలు,
జ్ఞాపకములను బట్టి ఈ సంపుటమును సిద్ధ పరచినాను.

దిగవల్లి వేంకట శివరావు

అంకితం

కీర్తిశేషులు శ్రీదిగవల్లి వేంకటశివరావు గారి సన్నిహిత మిత్రులు కీర్తిశేషులు – శ్రీ వేలూరి శివరామ శాస్త్రి, డా॥ ఘంటసాల సీతారామ శర్మ, శ్రీ చెరుకుపల్లి వెంకటప్పయ్య గారల దివ్య స్మృతికి

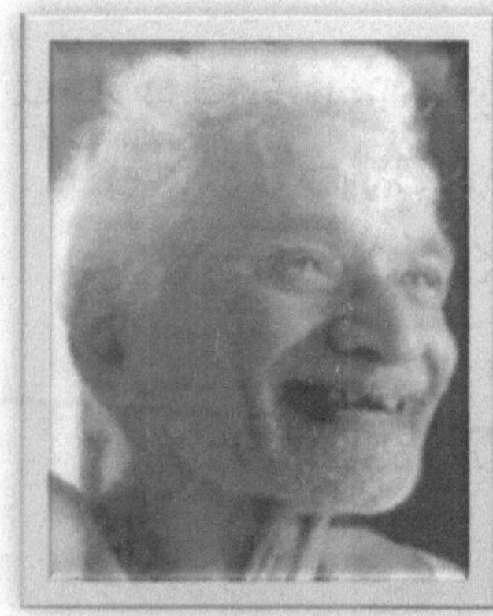

వేలూరి శివరామ శాస్త్రి
(1892–1967)

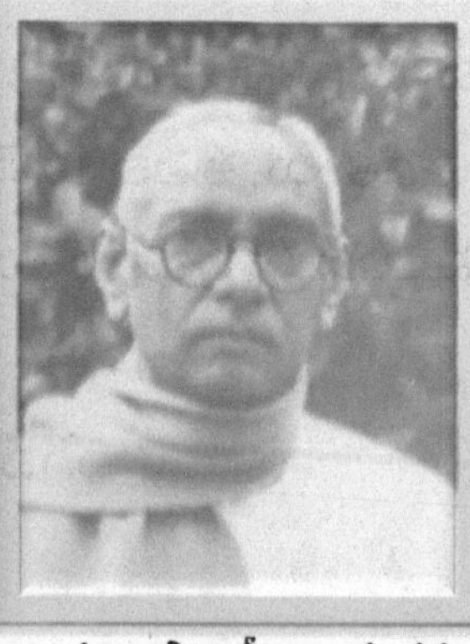

డా॥ ఘంటసాల సీతారామ శర్మ
(1894–1952)

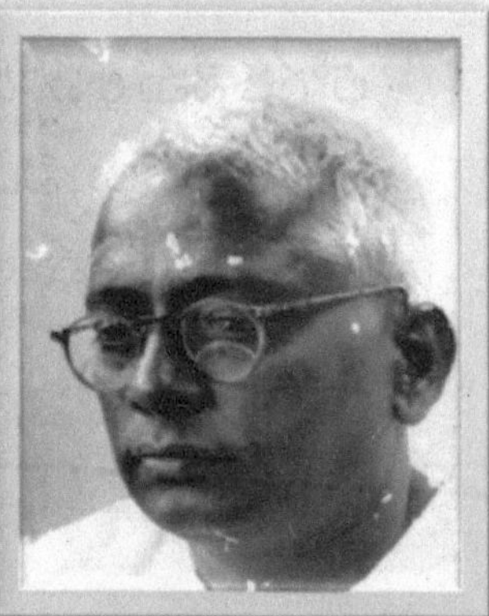

చెరుకుపల్లి వెంకటప్పయ్య
(1899–1955)

దిగవల్లి రామచంద్ర
సంపాదకుడు

ముందు మాటలు

దిగవల్లి వేంకట శివరావు గారు వృత్తిరీత్యా న్యాయవాది. అది జీవనోపాధి వరకే! వారి ధ్యాస, వ్యాసంగం యావత్తు సాహిత్యం, పరిశోధన. ఒక నియమిత చట్రంలో, ఒకే ఒక విషయానికో, సాహిత్య విభాగానికో వారి రచనలు పరిమితం కాలేదు. అవి బహు ముఖమైనవి, వైవిధ్యంతో కూడుకున్న వినూ! వాటిలో చారిత్రక, సామాజిక, రాజకీయ అంశాలతో పాటు సాంస్కృతిక విశేషాలు ఉంటాయి. అవి అపురూపమైనవి. ఇప్పటి తరానికి ఆసక్తి కలిగించేవి. పరిశోధకులకు ఉపకరించేవీనూ. వలసపాలనకు సంబంధించి ప్రధానంగా ఆర్థిక, సామాజిక విషయాల గూర్చి శివరావు గారు శ్రమవోడ్చి, ఆర్కైవ్స్(Archives)లో గ్రంథాలయాల్లో దాగున్న ఆకరాలను సేకరించారు. పరిశోధకులకు అవి ఎంతగానో తోడ్పడుతున్నాయి.

ఈ గ్రంథంలో ఎన్నో ముఖ్యమైన, అరుదైన విషయాలు చోటు చేసుకున్నాయి; సాహిత్యకారులు, స్నేహితులు వేలూరి శివరామశాస్త్రి,చిలకమర్తి లక్ష్మీనరసింహం, వడ్డాది సుబ్బారాయుడు గార్ల జీవిత విశేషాలుతో పాటు, ఆంధ్ర భాషాభివర్ధని సమాజం గురించిన సమాచారం, ప్రముఖుల జీవిత విశేషాలతో పాటు శివరావు గారి నాన్నగారి గూర్చి. అడవి బాపిరాజు, డాక్టర్ జి ఎస్ శర్మ గార్ల గూర్చిన వివరాలు, మద్రాస్ రాజకీయాలు, కాశీనాధుని నాగేశ్వరరావు, అయ్యదేవర కాళేశ్వరరావు తదితరుల గూర్చిన ఆసక్తికర సాహిత్య, రాజకీయ అంశాలు చోటు చేసుకున్నాయి.

శివరావు గారు జీవించి ఉండగా ప్రచురించిన సంపుటాలు కాకుండా తర్వాత వారి కుమారులు ప్రధానంగా ప్రస్తుత గ్రంథ సంపాదకులు విద్వత్ సంపన్నులు, దిగవల్లి రామచంద్ర గారు అహర్నిశలు శ్రమించి వారి తండ్రిగారు రాసి పెట్టుకున్న నోట్స్ (గొలుసు రాత, కొట్టివేతలు) సంప్రదించి, శోధించి, క్రమ రీతిలో అమర్చి ప్రస్తుత గ్రంథాన్ని వెలువరిస్తున్నారు. వారి శ్రమకు పట్టుదలకు, తండ్రిగారి యెడల ఉన్న గౌరవానికి ఇది నిదర్శనం. రామచంద్ర గారి కృషికి అభినందనలు, కృతజ్ఞతలు.

వకుళాభరణం రామకృష్ణ

విజ్ఞాపన

మా నాన్నగారు తమ 95 ఏండ్ల దీర్ఘ జీవిత కాలమున (1898–1992) దాదాపు 7 దశాబ్దాల పాటు చేసిన సాహిత్య కృషిలో చరిత్ర పరిశోధనకే ప్రముఖమైన స్థానమిచ్చియుండిరి. చిన్ననాటి నుండి సాహిత్య జిజ్ఞాసతో గ్రంథ పఠన, రచన వారికి స్వతః అబ్బినవి. చరిత్ర పరిశోధకునిగాను, రచయితగానూ విశేషములను సేకరించి వ్రాయటం వారి దక్షత. వృత్తి రీత్యా న్యాయవాది అగుటచేత చరిత్ర, సాహిత్య సంబంధితమైనవే కాక సమకాలీన సామాజిక, సాంఘిక, రాజకీయ, విశేషములను కూడా వారు నిశితముగా సమీక్షించిరనుట అతిశయోక్తి కాదు. స్వీయ చరిత్ర వ్రాయలేదు గాని వారి జీవితకాలములోని కొన్ని విశేషములను 'జ్ఞాపకాలు, అభిప్రాయాలు' అను పేరుతో రెండు నోటు పుస్తకాలలోనూ ఇంకా అనేక విడి ప్రతులలో 'నా జ్ఞాపకాలు "విన్నంత కన్నంత, తెలిసినంత"అనుపేరుతో వ్రాసియుండిరి.ఇంతే కాక, వారి తండ్రిగారి (మా తాతగారు) డైరీనుండి 19వ శతాబ్దము మధ్య కాలమునుండీ సేకరించినవి విశేషములు స్వకీయములతోపాటు సామాజిక, రాజకీయ విశేషాలు, సాహిత్యపరమైనట్టిపి కూడా కలిపి   దినచర్యగా పెద్ద పద్దు పుస్తకములో తారీకు వారిగా జీవితాంతము వరకు వ్రాసియుంచిరి. వీటన్నిటినీ కలిపి ఒకే సారి ప్రచురించినచో పుస్తకము చాల భారీగ 600 పుటలకు మించవచ్చును. అందుచేత మొదట ఈ నోటు పుస్తకములో ఉండినంత మట్టుకూ 1వ భాగముగా ఇప్పుడు ప్రచురించి తదుపరి మిగతావి పరిశీలించి సంకలనం చేయవలసి యున్నది.

వారి చేతి వ్రాత ప్రతులను చదివి అవగాహనం చేసుకొనుట అంత సులభము కాదు. వాటిలో కొన్ని సాధారణ మాటలు కూడా నాకు అవగాహనాతీతములైనవి. అవి కనుక నామవాచకములైనచో ఇంకా దుష్కరం. మొదటి అధ్యాయము శ్రీ వేలూరి శివరామ శాస్త్రిగారిని గురించినది. వారు మా నాన్నగారి సమకాలీన సగౌరవ సన్నిహితులగుటచే శ్రీ శాస్త్రి గారి పద్యాలు, శ్లోకాలు కొన్నిటిని చేర్చటమే గాక పద్యములతో కూడిన వారి లేఖలు కూడా చేర్చబడినవి. సాధారణ పదములే అక్కడక్కడ తెలుసుకోవడం కష్టమనుకుంటే ఇంక పద్యాలు, శ్లోకాలలోని మాటలు, పదవిభజన అవగాహనము కానిచో కలిగిన సంకటం చెప్పనవసరములేదు. అట్టి మొదటి అధ్యాయము సంకలనం చేయుటకు సంస్కృతాంధ్ర కావ్యపఠనాభ్యసంతోపాటు కొంత ఛందస్సుశాస్త్ర పరిజ్ఞానము కలిగి యుండిన పండితుల సహాయమవసరమైయుండినది. అట్టి సహాయము నాకు నా చిరకాల మిత్రులు, ముంబై వాస్తవ్యులు శ్రీ చీర్ల చంద్రశేఖర్ గారి వలన లభించుట నా సౌభాగ్యము.

వారికి నా కృతజ్ఞతా పూర్వక అభినందనములు. ఇంకనూ అవగాహనరహితమైన అక్కడక్కడ మాటలు విడనాడక తప్పలేదు. అట్టి వాటిని పూరింపలేనివిగా ఖాళీ వదలటమైనది(నాలుగైదు చుక్కలు పెట్టి).

నా చిన్ననాటి సహాధ్యాయ మిత్రులు, Managing Editor of IUP Publications, శ్రీ G R K Murty (గొళ్లమూడి రాధాకృష్ణమూర్తి) గారి అమూల్య సహాయము మరువలేను. సంకలన–ప్రచురణలో వారి సాంకేతిక పరిజ్ఞానము నాకెంతగానో తోడ్పడినది.ఈ పుస్తకమునకు ముఖపత్రం(కవరుపేజి) డిజైను కూడ వారి ద్వారానే చేయించడమైనది. వారికి నా ధన్యవాదములు.ఈ పుస్తక చిత్తుప్రతికి డిటిపి చేసి ఇచ్చిన శ్రీమతి నుదురుపాటి దుర్గగారికి నా కృతజ్ఞతలు.

మా తండ్రిగారిని, వారి రచనలను స్వయముగ నెరిగిన ఈ నాటి వారిలో ప్రముఖ చరిత్ర కారులు, ఆచార్య డా. వకుళాభరణం రామకృష్ణ గారు ఈ పుస్తకానికి పీఠిక వ్రాయమన్న నా కోరిక అంగీకరించి ఇచ్చినందుకు కృతజ్ఞతాభివందనములు.

2022 సం. సెప్టెంబరు మాసములో మిత్రులు, శ్రీ పరుచూరి శ్రీనివాస్ గారి స్వదేశ పర్యటన చాల కొలది రోజులైననూ, తాము నిర్వహించవలసిన ఎన్నో బాధ్యతల మధ్య 3–4 గంటల తన అమూల్యమైన కాలమును వెచ్చించి వరుసగ మూడు రోజులు నాతో పాటు శ్రమించి అవగాహనా సంకటములను కొన్ని దూరం చేసినారు. వారి సాహిత్య మీమాంస గణనీయం. కంప్యూటర్ శాస్త్రజ్ఞులైన శ్రీతల్పసాయి (వాడపల్లి శేషతల్పసాయి) గారి సహాయం కూడా వారి ద్వారానే కలిగింది. శ్రీనివాసగారికి, తల్పసాయిగారికి నా కృతజ్ఞతాభినందనలు.

కాపీరైటు కలిగియున్న నా అన్నగారి కుమారుడు, డా.శివరావు ఈ పుస్తక సంకలనానికి చూపిన ఉత్సాహము, ప్రోత్సాహము అభినందనీయము. ఈ పుస్తకములో ప్రస్తావించబడిన అనేకమంది వ్యక్తుల పేర్లు పుట సంఖ్యతో చివరలో ఇవ్వబడినది.

<table>
<tr><td>హైదరాబాదు</td><td>సంపాదకుడు</td></tr>
<tr><td>01/06/2023</td><td>దిగవల్లి రామచంద్ర.</td></tr>
</table>

సెల్ ఫోను: 8106216512 /9441190133

విషయసూచిక

1. బ్రహ్మశ్రీ శతావధాని వేలూరి శివరామ శాస్త్రి గారు 1

2. శివరామ శాస్త్రిగారి పద్యాలు, శ్లోకాలు 6

3. ఆంధ్ర భాషాభి వర్ధని సమాజం సభ్యులు 32

4. వడ్డాది సుబ్బారాయుడు గారు 33

5. మా నాన్నగారు 34

6. రాజమహేంద్రవరం 41

7. గజవల్లి రామచంద్ర రావు గారు 54

8. పులవర్తి రామమూర్తిగారు 58

9. చెన్నపట్నం 65

10. Mark Hunter 70

11. ఆంధ్ర వాల్మీకి శ్రీ వావిలికొలను సుబ్బారావు గారు 73

12. మద్రాసు రాజకీయాలు 76

13. My Memories of Mr. Couldrey 78

14. అడవి బాపిరాజు 88

15. DR. G.S. SARMA 94

16. Dr. SivalankaMallikharjuna Rao 96

17. Mr. Baru Raja Rao 97

18. Dr. G.S. Sarma continued 99

19. అన్నదాన సమాజం 100

20. కార్మికపురం 103

21. సింగరాజు సుబ్బారావు గారు 104

22. Mr. A. Kaleswara rao and Dr. Sarma 105

23. కాశీనాధుని నాగేశ్వరరావు గారు 106

24. దినవహి హనుమంతరావు గారు 108

25. శ్రీ అయ్యదేవర కాళేశ్వర రావు గారు 112

26. శ్రీ ధర్మానంద సరస్వతి స్వామి 114

27. వేలూరి సత్యనారాయణ గారు 117

28. జయంతిపురం రాజా గారు 119

29. Cherukupalli Venkatappaiah 120

30. కొన్ని ఉత్తరముల ప్రతులు 131

బ్రహ్మశ్రీ శతావధాని వేలూరి శివరామ శాస్త్రి గారు

"పార మైశ్వర్యంబు పారజూచిన మహో

    దాత్తుండు నాడు ముత్తాత గారు

జన్నంబు చేయపై జందెంబు తీసిన

    తద్ జ్ఞ శేఖరుడు మా తాతగారు

వేదవేదాంగాది వేత్త చమత్క్కర

    తరవాగ్విహర్త మా తండ్రి గారు

కవితచే నాంధ్రలోకమునందు రసమును

    గురిపించు వారు మా గురువుగారు

సరవిగా నిద్దియుభయ వంశ ప్రసిద్ది

    నేను పండిత పుత్రుండ నిక్కమిద్ది

నొక్కి చూచిన నాకిల్లె డొక్క శుద్ది

    నామమా పెద్దదే శివరామశాస్త్రి

శ్రీ శివరామ శాస్త్రి గారు 1892 సంవత్సరంలో కృష్ణా మండలంలోని చిరివాడ లోని విద్వత్ కుటుంబంలో జన్మించారు. తండ్రి గారు వెంకటేశ్వర అవధాని గారు. తల్లిగారు విశాలాక్షి. శాస్త్రిగారి పితామహులు చంద్రశేఖర శాస్త్రి గారు. శాస్త్రి గారి అన్నదమ్ములు ఐదుగురిలో రెండవ వారు యజ్ఞ నారాయణ శాస్త్రి గారు. శివరామ శాస్త్రి గారు,చంద్రశేఖర్ గారు, కృష్ణమూర్తిగారు, చిదానందం గారు. ఈ చిదానందం గారు, నేను, శ్రీ చెరుకుపల్లి వెంకటప్పయ్య గారు చెన్న పట్టణంలో ప్రెసిడెన్సీ కాలేజీలో ఇంటర్మీడియట్ క్లాస్ లో చదువుకున్నాము. శివరామ శాస్త్రి గారు స్ఫురద్రూపి. మేలిమి బంగారు ఛాయ. గొప్ప ముఖ వర్చస్సు. మంచి కంఠస్వరం. వీరు మేనమామ గారి పోలిక అని యజ్ఞ నారాయణ శాస్త్రి గారు చెప్పారు. మేన మామగారు శాస్త్రులు గారని ప్రఖ్యాతి చెందిన దోర్బల శోభనాద్రి శాస్త్రిగారు. చిరివాడ అగ్రహారం బ్రాహ్మణ అగ్రహారం. పూర్వము ఇంగ్లీషు ప్రభుత్వం వారి కాలంలో జరిగిన ఇనాముల విచారణలో అమరావతి శేషయ్య శాస్త్రి గారి ఈ అగ్రహారం స్థిరపరచి పట్టా జారీ చేయించారు. అగ్రహారీకులు చాలాకాలము వేద శాస్త్ర సంహితలు అభ్యసించి అధ్యయన అధ్యాపన

చేసేవారు.

నూజివీడు జమీందారుల కాలంలో ఆగిరిపల్లి గ్రామంలోనూ, బాహుబలేంద్ర గూడెంలోనూ కూడా తెలగాణ్య శాఖ వైదిక బ్రాహ్మణులు విద్యలలో ప్రఖ్యాతి చెందినవారనడానికి ఆగిరిపల్లి మఠ సంస్కృత విద్యాలయమే సాక్షి.

అటు తరువాత అగ్రహారీకులలో చాలామంది ఇంగ్లీషు విద్యనభ్యసింప సాగినారు. అయినప్పటికీ సంస్కృతాంధ్ర భాషలు విస్మరింపలేదు.

శ్రీ శివరామ శాస్త్రి గారు చాల చిన్నతనములోనే సంస్కృత భాషనభ్యసించి ఇంగ్లీషులో నాలుగవ ఫారము వరకు చదివి తర్క వ్యాకరణ శాస్త్రాలు, వేదాంత శాస్త్రము చదివి పండితులైనారు. వీరు అపర పతంజలి అని పేరుపొందిన జయంతి భగీరథి శాస్త్రి గారికి, మహాకవి చెల్లపిళ్ళ వేంకట శాస్త్రి గారికి శిష్యులైనారు

శివరామ శాస్త్రి గారు బహు భాషా కోవిదులు. స్వయంకృషి వల్ల ఆ భాషలలో పాండిత్యము సంపాదించారు. గుంటూరు కాలేజీలో శాస్త్రిగారు 1911 సెప్టెంబరులో చేసిన సంపూర్ణ శతావధానముతో వారికి అఖండమైన పేరు ప్రతిష్ఠలు కలిగినవి.

శాస్త్రి గారు అటు తరువాత అనేక శతావధానాలు చేశారు. అనేక గ్రంథాలు రచించారు. అయితే ఆయన వ్రాత ప్రతులు ఉన్న ఇనపెట్టె 1919 సంవత్సరం లో దొంగలు ఎత్తుకొనిపోయారు. ఆయన రచించిన గొప్ప గ్రంథాల వ్రాత ప్రతులు, ఆయన సేకరించిన సంస్కృత గ్రంథాలు మొదలైన అమూల్య సంపద 1926 సంవత్సరంలో అగ్నిపాలు అయినది. దీనిని గూర్చి బాధపడుతూ వారు 30-03-1926 వ తేదీన రచించిన 'అగ్ని'అనే పద్యాలు ఏకావళి అనే గ్రంథంలో పునర్ముద్రితమైనవి.

నా అదృష్టము వల్ల శ్రీ శాస్త్రి గారు నాకు మిత్రులైనారు.వారికి నా పైన చాలా దయ కలిగినది. నా మిత్రులైన చెరుకుపల్లి వెంకటప్పయ్య, డాక్టర్ ఘంటసాల సీతారామ శర్మ గారు కొన్ని సంవత్సరాలు వారి అనుగ్రహానికి పాత్రులైనాము. వారు కొన్నాళ్ళు వెంకటప్పయ్య గారి ఇంట్లో బస చేసి బెజవాడలో శర్మ గారి ఇంటికి వచ్చే వారు. అప్పట్లో అది యొక విద్వత్సభగా ఉండేది.దానిని గుర్చి బెజవాడ న్యాయవాది, కవీశ్వరుడు అయిన పాటిబండ అప్పారావు గారు పద్యాలు వ్రాశారు. శాస్త్రి గారు 1935-1966 మధ్య నాకు వ్రాసిన ఉత్తరాలకు కాపీలు కొన్ని నా దగ్గర ఉన్నప్పటికీ అసలు ఉత్తరాలు కీర్తిశేషులు బంగోరె తీసుకువెళ్ళాడు. బెజవాడలో సుప్రసిద్ధ డాక్టరు, దేశభక్తుడు ప్రజాసేవకుడునైన ఘంటసాల సీతారామశర్మ గారి ద్వారా శ్రీ వేలూరి యజ్ఞనారాయణ శాస్త్రి గారు నాకు పరిచితులైనారు. అటు తర్వాత నాకు మిత్రులై మా ఇంటికి వస్తూ నాపట్ల, నా పిల్లలలో బేబి అనే అమ్మాయి పట్ల చాలా దయ కలిగి ఉండేవారు. అప్పుడప్పుడు మా ఇంట్లో భోజనం చేసేవారు. వారి దగ్గర అరవింద యోగి గారి గ్రంథాలు, వారు ప్రచురించిన పత్రికల

సంచికలు మోడరన్ రివ్యూ, ప్రభుద్ధభారత,దాన్నేగజైను, ఆర్య సంపుటాలుమొదలైన పుస్తకాలు, శ్రీ రామక్రిష్ణ పరమహంస, వివేకానందుల గూర్చిన గ్రంథాలు, రామకృష్ణ శతవర్ధంతిలో ప్రకటింపబడిన Cultural History of India సంపుటాలు ఉండేవి.1933సంవత్సరంలో చిరివాడలోని (యజ్ఞన్నారాయణ)శాస్త్రి గారిల్లు తగులబడిపోగా వాటిని శర్మగారింట్లోనే ఉంచారు. వాటిని నేను చదవడానికి వీలైనది. నాకు, వెంకటప్పయ్య గారికి ఇంగ్లీషు చరిత్ర సాహిత్యములలో అభిరుచి యున్నందువల్ల మేము కొన్ని గ్రంథాలుకొంటూ, కొన్నిటిని ఎరువు తెస్తు చదివేవారము.

జాతీయ ఉద్యమానికి సంబంధించిన గ్రంథాలను కూడా తెచ్చి మేమందరము చదివే వారం.

సాయంకాలం శర్మగారి ఇంటి దగ్గర గోష్టి జరుగుతూ ఉండేది. అక్కడ ఊరిలోని వారే కాక అప్పుడప్పుడు పొరుగూరు నుంచి వచ్చిన సాహిత్యవేత్తలు, పండితులు ప్రజా నాయకులు కూడా వస్తూ ఉన్నందువల్ల అది ఒక విద్వత్సభగా ఉండేది. అలా చాలా కాలం వరకు కొనసాగింది. దీనిని గూర్చి మా మిత్రులు (పాటిబండ)అప్పారావు గారు పద్యాలు కూడా వ్రాశారు. శ్రీ గొర్రెపాటి వెంకట సుబ్బయ్యగారు రచించిన మిత్రులు నేను అనే గ్రంథంలో పేర్కొన్నారు.శ్రీ (జంధ్యాల) మహతీశంకర్ గారు శివరామ శాస్త్రి గారిని గూర్చి పరిశోధించిన గ్రంథంలో కూడా దీన్ని గురించి వ్రాశారు. యజ్ఞనారాయణ శాస్త్రి గారు నిగర్వి, నిరాడంబరుడు. గాంధీ మహాత్ముని ఆదేశాలు, పత్రికలు చదివి వారి అడుగు జాడల్లో నడిచే వారు. "తగిన వేషంబు తనుతాను పొగడు కొనమి నొచ్చియును కీడు బలుకమి ఇచ్చియు వగవకునికి, తనకెంత గడువకున్నను పధము తప్పని నడవడి నొప్పుసేయు" అనే పద్యం శాస్త్రిగారికి అన్వయిస్తుంది. ఆకిరిపల్లి డాక్టరు గారు, ప్రఖ్యాతి చెందిన శ్రీ శంకర శ్రీరామారావు గారు 'మా శాస్త్రి గారు' అని వారిని గూర్చి వ్రాశారు. శాస్త్రి గారు యంగ్ ఇండియా పత్రికకు అటుతరువాత కాలంలో హరిజన పత్రికను తెప్పించేవారు. గాంధీ మహాత్ముని ఆదేశాలను అనుసరించి కాంగ్రెసు సంఘ కార్యక్రమాలు ప్రారంభించక పూర్వమే శాస్త్రిగారు గ్రామాలలో ప్రచారం చేసేవారు. శాస్త్రిగారు ఉప్ప సత్యాగ్రహములో శిక్షింపబడి శర్మ గారు మొదలైన వారితో రాజమండ్రి చెరసాలలో నుండగా డా. వెలిదండ్ల హనుమంతరావు గారు పైన కక్కలు పూని జైలు ఉద్యోగులు 16 – 2–1930 తేదీన వారినందరిని లారీలతో చితకబాదారు. దీనిని గూర్చి కృష్ణ పత్రిక లో రాజమండ్రి జైలు కధ అనే పాట ప్రచురించబడింది. నా పైన ప్రభుత్వం వారు పెట్టిన కేసులో సాక్ష్యం ఇవ్వడానికి వెల్లూరు చెరసాల నుండి శాస్త్రి గారిని, నల్లూరి పాపయ్య చౌదరి గారిని పోలీసుల ఎస్కార్ట్ తో 30–10–1930 తేదీన బెజవాడకు తీసుకువచ్చారు. అయితే నా కేసును గవర్నర్ అనుమతిని పోలీసు వారు పొందలేదనే కారణంతో సబ్ కలెక్టర్ హెఱ్ఞ్యడే

గారు ఈ కేసును కొట్టివేసి నందువల్ల వారి సాక్ష్యం పుచ్చుకోలేదు. వారి బంధుమిత్రులు వారిని చూడడానికి అవకాశం కలిగినది.

1931సంవత్సరం జనవరిలో జరిగిన గాంధీ ఇర్విన్ సంధి షరతుల ప్రకారం శాస్త్రిగారిని శర్మగారిని ఇతర రాజకీయ ఖైదీలను వదిలి పెట్టడమే గాక నా మీద మళ్ళీ దాఖలు చేసిన రాజద్రోహం కేసు కూడా గవర్నమెంటు జీవో ప్రకారం ఉపసంహరించు కున్నారు.

యజ్ఞనారాయణశాస్త్రి గారు తరువాత కాలంలో మళ్ళీ సత్యాగ్రహం చేసి చెరసాలకు వెళ్లారు.శాస్త్రి గారు గాంధీ మహాత్మునికి ప్రీతికరమైన హరిజన ఉద్యమంలో పనిచేశారు. చిరివాడ చుట్టు పట్ల గల మాల మాదిగలకు గ్రామ సహకార బ్యాంకులో ఇల్లు కట్టుకోవడానికి వ్యవసాయానికి సహాయం చేయడానికి ఋణాలు ఇచ్చారు.

ఊరిలోని అందవోలు నాగభూషణము మొదలైనవారు యజ్ఞన్నారాయణశాస్త్రి గారి పైన కక్ష వహించి కొన్ని చిక్కులు పెట్టారు. మాల మాదిగల వల్ల రావలసిన బాకీలు వసూలు కాకుండా చేశారు. దానిని గూర్చి విజయవాడ సెంట్రల్ బ్యాంకు వారు ఒత్తిడి చేశారు. శాస్త్రిగారు చాలా బాధపడ్డారు. అప్పట్లో కోపరేటివ్ డిప్యూటీ రిజిస్ట్రార్ గానున్న వేటూరి లక్ష్మీ నరసింహారావు గారు శాస్త్రి గారి నీతి నిజాయితీ నెరిగినవారు గనుక వాయిదా ఇచ్చి ఋణ తీర్మానం చేశారు. 1933 సంవత్సరంలో భూముల ధరలు పడిపోయినవి. శాస్త్రిగారు ఇదివరకు కుటుంబం తాలూకూ భూములను వ్యవసాయం చేయించడంలో నష్టపడ్డారు తమ భూములను అమ్మివేశారు. రెండవ కుమారుని జబ్బుకోసం ఋణమైనది. కుమార్తెల వివాహములకు కట్నం ఇవ్వలేకపోయినా మంచి సంబంధములు వచ్చినవి. అప్పుడప్పుడు నా దగ్గర కూడా అప్పు తీసుకుంటూ ఉండేవారు. యజ్ఞన్నారయణశాస్త్రిగారు ఘంటసాల సీతారామశర్మ గారు నేను రచించిన సహకార వస్తునిలయోద్యమానికి 21- 9-1933 తేదీన పీఠిక వ్రాశారు.

శాస్త్రి గారు నేను రచించిన గ్రంథాలను చదివి సంతోషించి అప్పుడప్పుడు తగిన సలహాలు ఇచ్చేవారు శాస్త్రిగారి ప్రేమాస్పదురాలైన నా కుమార్తె, బేబీ 1935 నవంబరు 14 తేదీన టైఫాయిడ్ జ్వరంతో బాధ పడి చనిపోయినది. (యజ్ఞన్నారాయణ) శాస్త్రి గారు మా పిల్లలు అందరు పట్ల చాలా దయ కలిగి ఉండేవారు. యజ్ఞన్నారాయణ శాస్త్రి గారు నాతో చాలా స్నేహంగా ఉన్నందువల్ల శ్రీ శివరామ శాస్త్రి గారు కూడా నా పట్ల దయ కలిగి ఉండేవారు. శర్మ గారి ఇంట్లో జరిగే సభలో తరచుగా వచ్చేవారు. వారు అప్పట్లో రాయప్రోలు సీతారామశాస్త్రిగారి వద్ద మందు పుచ్చుకుంటూ ఉండేవారు. వారి ఉత్తరాలు వల్ల వారికి నా పైన గల అనురాగం తెలుస్తుంది 1938 సంవత్సరంలో నేను రచించిన బారతదేశమున బ్రిటిష్ రాజ తంత్రము అనే గ్రంథమును చదివి సంతోషించారు.

అందులోని బ్రిటిష్ ఇండియా చరిత్రకు వారు (శివరామ శాస్త్రి గారు) పీఠిక వ్రాశారు. 1941 లో నేను ప్రకటించిన ఏనుగుల వీరస్వామయ్య గారి కాశీయాత్ర గ్రంథములోని అసాధారణ ప్రయోగాలకు కొన్నిటికి వ్యాఖ్య వ్రాశారు. దాని అకారది సూచికను కూడా సరి చూసి ఇచ్చారు. 1966 సంవత్సరం వరకూ నాకు ఉత్తారాలు వ్రాస్తూనే ఉన్నారు. 1967 మార్చి 17వ తేదీన స్వర్గస్తులైనారు.

శివరామ శాస్త్రిగారి పద్యాలు, శ్లోకాలు

"నా కొక్క తోట, యొక్క తటాకం
బొక కొండ, యొక్కయదవియు మేలౌ
నేకాంతం బేఱును నివి
నాకొక నౌకయను దప్పక కావలెన్

కొండ నా తండ్రి, తోట నాకూర్చు తల్లి,
యడవి మిత్రంబు, వాగు పిన్నమ్మ, చెఱువు
వావి జెల్లెలు నావ నా వాహనంబు
అల్ల యేకాంతమొ యంతరంగ సఖుడు

"ఏయొకరుండు లేని యొక యేటినమీపతలంబునం దర
ణ్యాయతనంబునందును దటాకతటంబున యందు దోటయం
దా యతశైలశృంగమునయందు జనించు మహావనీజమం
దూయెల యొందు నాసనము నొందును దప్పక నాకుగావలెన్."

అందు నిర్మల భావనోద్యానమందు
గురుచుండి యధేచ్ఛయుగా రచింతు
ఛందమునకును యతికి ప్రాసంబునకును
నవల నలరారు రస్య చారు కవితమవంత"

అని 10–05–1914 సం. ప్రాశారు. పాపం శాస్త్రిగారికీ కోరిక తీరడానికి చాలా కాలం పట్టింది. ఆయన 1914 సం. లో శ్రీ కామేశ్వరమ్మ గారిని వివాహమాడినారు. ఆమె చాలా అనారోగ్యముతో బాధ పడేది. శాస్త్రి గారి ఇల్లు 1926 లో తగుల బడిపోయినది. ఆయన గ్రంథ సంచయమంతా నాశనమైనది. ఆయనకు అనారోగ్యము కలిగినది.

బుణగ్రస్తులైనారు. భూముల ధరలు తగ్గిపోయినవి. సురవరంలో కొంత భూమిని కొని తోట వేశారు. దానికి చాల ఖర్చయినది. దానిని నిర్వహించడంలో చాల బాధలకు లోనైనారు.

1939 సంవత్సరం లో అనారోగ్యముతో బాధ పడుతున్నారు. అప్పటికి ఆయన రచించిన శరశ్చంద్రుని చిన్న నవలలను ముద్రించిన మిత్రులిచ్చిన గ్రంథ ప్రతులుమాత్రం.... వారు భారతిలో ప్రచురించిన సుందర కావ్యాలు గాని, వ్యాసాలు గాని, కథలు గాని, గ్రంథములు గాని ప్రకటింప బడలేదు. శాస్త్రిగారు ఇంత అశ్రద్ధ చేస్తున్నారేమిటి అని నేను ప్రశ్నించగా. తమ పరిస్థితులను చెప్పి నా రచనలు ముద్రించాలంటే చక్కని కాగితం ఉండాలి, చక్కని క్రొత్త టైపు తో ముద్రించాలి. చాలా ఖర్చు అవుతుంది. అది ఇక్కడ సాధ్యం కాదు అన్నారు.

ఆ కాలంలో ఆంధ్ర గ్రంథాలయ ప్రెస్సు లో నా గ్రంథాలను ముద్రించేవారు. ఆ ప్రెస్సు మేనేజరు, యజమాని (కుందా నరసింహమూర్తి) నా పురాతన మిత్రుడు. కొంత సొమ్ము అడ్వాన్సు గా ఇస్తే వారు గ్రంథాలను ముద్రించేవారు. బిల్లు తరువాత చెల్లించవచ్చు. ఈ అవకాశం చూసుకుని నేను మేనేజరు గారికి ఒక 100 రూపాయలు ఇమిటిషేన్ వెల్వెట్ కాగితం బేలు తెప్పించాను. శాస్త్రిగారిని మీ రచనలలో కొన్ని ఇవ్వండి ప్రెస్సు వారు ముద్రిస్తారు. పుస్తకాలు విక్రయించిన తరువాతనే బిల్లు చెల్లించవచ్చు అని వారికి నచ్చ చెప్పిన మీదట ఏకావళి కథలు–గాథలు అచ్చుకు సిద్ధ పరచి ఇచ్చారు. అంతట వాటిని ముద్రించి గ్రంథములు రాగానే నేను కొన్నింటిని విక్రయించి బిల్లు చెల్లించి మిగిలిన పుస్తకాలు వారికి సమర్పించి ధన్యుడనైనాను. శ్రీ శాస్త్రి గారెంతో సంతోషించారు. దీనిని గురించి 13–06–1939 తేదీన వ్రాసిన ఉత్తరంలో ప్రశంసించారు. అటు తరువాత వారి గ్రంథాలెన్నో ముద్రింపబడినవి. దానికి చాలామంది వారికి తోడ్పడినారు. ఇందులో నేను చేసిన ఘనకార్యమేమి లేకపోయినా చంద్రునికొక నూలు పోగుగా స్వల్ప సహాయము చేసి కృతార్థుడనైనాను.

శ్రీ పాటిబండ అప్పారావు గారి పద్యాలు

మాపుణ్యంబన నేగు దెంచి శివరామప్రాజ్ఞుడీయూరుదు
ర్న్యాపారంబులు మాన్ప గాదలచి సారస్వాదు సారస్వతా
ద్యోపన్యాసము లిచ్చి మైమరవజేయున్ నిత్యమున్ శర్మసో
ధోహంతమ్ముకులు మారు మ్రోగునటు లెంతో ప్రేమ సంధిల్లగన్

08-12-1938

మాకొక ముచ్చటైన సభ–మానితసత్కవిలోక పండితా

నీకసమాదృతంబును–వినీతసుహృద్వర సేవితంబు నా

ప్రాకట పండితేంద్ర శివరామకవీంద్ర పవిత్ర వాక్సుధా

శీకరసేకమైన సభ చిన్నది యున్నది శర్మయింటిలో

శివరావు సేకరించిన పూర్వ చారిత్ర

       వృత్తాంతమహిమంబు వినుచు కొంత

జటిల సీతారామ శాస్త్రనిర్మిత కావ్య

       టీకార్థములు ముచ్చటించి కొంత

వాదంబులోనరసి పద్యముల్ వినగోరు

       వెంకటప్పయమాట వినుచు కొంత

పండిత గోష్టిలో ప్రముఖుడై శర్మగా

రొనరించు తర్కమ్ము వినుచు కొంత

సన్నిధానముగోరి వేసరకవచ్చు

అప్పరాయని వాక్యంబులరసికొంత

వేద సంగీత సాహిత్య వీధులందు

సంచరించుచుండెదము మాసభలయందు

           – పాటిబండలఅప్పారావు 03–05–1940

పాటిబండ అప్పారావు గారికిశివరామ శాస్త్రిగారు వ్రాసిన జవాబు 01-05-1939

క.   ఏదినముం బయనంబే

      యేదో యద్దంబు వచ్చుటే యాగుట యే

      యాదారి యా గ్రహయానం

      దిగ★[1]నలవాటు పడియె నప్పరాయా

క.   ఇగొ వచ్చితి నంచును మన

      దిగవల్లి శివరావు ప్రభృతి – తిరుమూర్తులకున్

      ముగురకు నాసలు పెట్టితి

      నగుబాటుల పాలబడితి – నప్పరాయా

---

(1) 'గ్రహమాన మాదిగ' అని వ్రాతప్రతిలో

తే. అక్కిరెడ్డి గారి వ్యవసాయమన్నట్లు
    నాడు సేద్యముండెనాల్గు క్రోసు
    లెడమునందు ద్రిప్పటిక్కడి కక్కడి
    కద్ది తప్పదయ్య యప్పరాయ

ఉ. వెళ్లిన జ్యేష్ఠపున్ నెలకు వేసిన తోటకు నేండ్లు రెండుపై
    చిల్లర, తోడి కట్టువల జిల్లరమూకలు వంటచేయగా
    జల్లగ దొంగలించు బసు జాతి (2)వరుసమేసి పోవు నా
    లేళ్లను నేన తోలవలె, లేనిది తోలరు వారు వానినిన్

ఉ. వేసినయాబదారు పృధివీజములందు నిర్వదారు వేం
    చేసెను దేవలోక మిక నిల్చిన మొక్కలయందు రెండు మూ
    డీ సరి కేడుకుందగిన యేపున బొల్చెడు తక్కునన్నియున్
    త్రాసున దూచవచ్చు నెల తక్కువ పిల్లలు నేడు నేటికిన్

క. నాకసలు చూపు పాఠద
   దేకరిణి గాని పాఠ నేనియు దానిన్
   సాకల్యముగా చేయని
   దేకదలదు బుద్ధి మీరు నెఱుగుదురేమో

క. వేసగి వ్యవసాయంబులు
   వీసంబెడ బాటులేని విశ్వాసముగల సా
   వాసులు వీనికి నేరిమి
   సేసినతడు శంత యంచు జెప్పుదురప్పా

శా. నే నన్నుంగనుగోగ తోట నిలు గొంటిం దొల్ల నల్లపు నా
    కీ నేలం దగ దున్నుగావలయునెంచీ చెట్ల కెల్లప్పుడున్
    బానీయంబు లవశ్యదేయమనుచుం భావింప దాన్యార్థముల్
    హీనంబౌ తతి లోనెతింగితిని నేనీ రెండు సందర్భముల్

---

(2) అస్పష్టము

ఉ. అప్పటినుండి యెద్దులని యాలన పాలన దుక్కియంచిటుల్
చెప్పిని మాటలన్ని యును చేతల తోడుత గూడ గొద్దియొ
గొప్పయెు నేర్చి తోట నిటు గాన్న నిదానము చింత జేయగా
నెప్పటికప్పుడే కలుగు హృత్తలమందున విస్మయ ప్రభల్

క. పిడికిలి బీయ్యము నా కర
పిడికిలి బయ్యంబునాడు వెలదికి జాలున్
పుడమియిది చుట్ట బెట్టిన
గడవదు పై ఖర్చు ఎంత కలదో యింకన్.

క. నాఖర్చు నాల్గ ణాలున్
పై ఖర్చ్చోక పాతికంచు బల్కె మెకండా
వైఖరిగా చెలగిన యా
పైఖర్చ్చే పాలిటిక్ను ప్రజలకునెల్లన్

ఉ. ఇంతకు నేనుద్రాయునదేమనగా వ్యవసాయసాధనా
చింతయొకండు, పంట వెల చిక్కులు యొండిక నెండ యొండు భూ
కాంతుల బట్టగా దగిన కమ్మని రోగము పొందొకొండు నీ
చింతల చేత మీదరికి జేరగ నెంచియు జేరకుండుటల్

క. ఇంకొక పది దినములలో
సంకల్పించితిని మీదు సన్నిధి సేయన్
శంకింతు–ఎవరితో నో
లంకెగ మీ రుదక మండలము పోరు గదా!

చ. కవుల గుతించి వ్రాయగల గ్రంధము దొడ్డది గ్రామసీమలో
వ్యవహ్యా తులందరన్(3) గలిసి వావహా! చాకలి దాని చన్నుగా
దవినది, నేను వచ్చి యల దానిని చిత్ర చరిత్ర మూది మీ
కవగతముం బొనర్చెదను నారి యుదంతము నూచముట్టగన్

___

(3) వ్రాత ప్రతిలో వ్యవహ్యాతులం గలసి అని వున్నది.

అలనారాయణ మూర్తి గారికి మదీయాంతర్మ్మఖింఖైన మం

గళ నాదంబులు, సుందరానుజునకుం గళ్యాణ నాదంబు మూ

ర్తులకున్ మూవుర కాప్త వాదములనున్, రుక్కదులో వారికిన్

బలుచందంబుల(4) దెల్ప గోరెదను వాత్సల్యోక్తి నాదంబులన్

శ్లో: దూరే దిద్యక్షా సముఖే యుయుక్షా

దుఃఖే పరీక్షా చ, సుఖే సమీక్షా

ఇత్థమ్ సదా భావగతః పురస్తా

న్నారాయణ సన్నిహితోను పశ్చాత్"

(sd) శివరామః

వివరణ:

నారాయణ మూర్తి: బుద్ధవరవు నారాయణ మూర్తిగారు . అప్పారావుగారి బంధువులు జిల్లా మునసబు

సుందరానుజుడు: పాటిబండ సుందర రావు గారు

మూర్తులు ముువ్వురు: దిగవల్లి వేంకట శివరావు, చెరుకుపల్లి వెంకటప్పయ్య, ఘంటసాల సీతారామ శర్మ గారు

శాస్త్రిగారికి పాటిబండ అప్పారావు గారు పంపిన జవాబు   16–05–1939

దయతో పంపిన పద్యయుతంబగు జాబు మొన్న నందెను

మిత్ర త్రయమున్ బరించి మది నెం

తయు సంతోషము చెందినారము దానన్

ఆనాడట్టుల దోచి రైలున నద్యుష్యంబైరి మీ దంపతుల్

నేనా వెంటనె పద్యమంపగ ప్రయత్నింపన్ ససేమంచు నే

రానంచున్ గుయిపెట్టె నా కవిత, పోరన్ లేక నేనా పనిన్

బూనన్, మాకవితా ప్రగల్భము లివె పో, దాపురం బేటికిన్.

——— ———

(4) వ్రాత ప్రతి లో బలుచందంబుల దెల్పగోరెదను వాత్సల్యనాదంబులన్ అనివున్నది.

బెజవాడన్ తమ కీర్తి కన్య ఒరులన్ వీక్షింపగాలేదు, ఏ
ప్రజ నోళ్లంబడలేదు, రచ్చలను జేరన్ లేదు నామాట వెం
ట జరింపంగలనాడు నేడు పురి వెంటన్ బోయి మార్కోగి ది
గ్వీజయింబందినదంట దంట యయినన్ గ్రీగంట వీక్షించునే!

ఎక్కడినుండి వచ్చెనొకో యిట్టి మనోగత కట్టె కారణం
ఒక్కట యేటి తోట దిగులంతయు దీనిదెగాన్ హాయిగా
నొక్కెడ ముక్కు మూసుకొని యుండు తపస్విక మీకు వచ్చెనే
చిక్కులు మిమ్ము నేమియును జేయగ నేరవు చింతలెన్నియున్.
చిరివాడంగల రాజ్యభారమది కొంచెంబాయె నాతోటయుం
బరమూర్తి ప్రదమయ్యె గాని సుఖమున్ ప్రాపింగా లేదు దు
ర్భరమై రోగము, వార్ధకంబు తల సూపన్ సాగె నింకైనమా
పురముం జేరి సమస్త మిత్రులకు సమ్మోదంబు చేకూర్చవే
మీ రుక్మిణి యాదిగ గల
వారెల్లరు సేమమున్నవారు వివాహ
ప్రారంభ క్లేశంబులె
యారాటము గొలుపు చుండు నతుల విజ్ఞా[5]

———

సురవరం
(Atkur, Krishna District)
28/05/1939

క.   మీ యుత్తర మందిన యది
    మీయోగక్షేమములును మిగులగ దెలిసెన్
    ఈ యేట నిండియా కా
    నై యున్నది యాఫ్రికాగ నాతపములకున్.

గీ.   ఎండలకు నేడు కొండలు పిండియాయె
    పెక్కుపిల్లలు నాభార్య గక్కియంద్రు
    కక్కియట్టిది యెండచే గుక్కియాయె
    నేను పెనెతి దోట దూటైన దయ్య.

---

(5) అసంపూర్తి

సీ.	గర్భగేహమునందు గల పట్టె మంచాల
	గుంచాలజ్వరములంకించుకొనియె
	చెట్ల నెన్నడుమ నిల్చిన పెద్ద కాకముల్
	ఘూకముల్ నేలపై గూలబడియె
	అర్ధరాత్రములందు నడవి పందులు
	చిందు లరుదెంచి నూదులయందు బడెయె
	గోష్టంబులందున్న కుర్రల బ్రెల
	యదుగు నాలుక బారపొడవుసాగె

తే.గీ.	మట్ట మధ్యాన్నమున యందు మండి మండి
	రవియు బవియును నింక గరంగి పోవ
	కుందురే చూడ నీయేట యెండలకును?
	కడలి యెండదె భూమి మంగలము కాదె?
	సూర్యుడు సుంత దాపుగను సోకిన యంతన నంతపాటి సౌం
	కర్యము కల్గు మాద్రుశుల కర్మమదేమొ భరింపలే మహో
	ఆర్యులు జ్ఞానులైన ఘనులయ్యరె సూర్య బిలంబునుండియె
	పర్యవసాన మందు జనువారలు వారల యోర్మియొట్టిదో

ఆ.	సూర్యుడింత మాత్ర చేరువకయినంత
	ఎంత వింత మృత్యుకాంత మనకు
	సూర్యమండలంబు చోరిపోవువారికే
	ఎంత వింత ముక్తి కాంత యంట

క.	కాంతలు చల్లని రజనీ
	కాంతుని గోరంగ నెట్టి కాంత యిది మహా
	కాంతయట! ముక్తి కాంతయ
	తెంతె యా కాంత సూరునే కోరునటే!

అ.	మమ్ము బోలు పేద మనుజుల మాటేల?

ఉట్టి యేల మీరు మెట్టలేరు
ఉట్టి కెగురలేని యట్టి యమ్మెట్టు తా
స్వర్గ మెరుగు? నన్న వార్తవినమొ?

ఊటికీ పాటికెగి యుంటినేని
ఎండచెడుముండ నాకోసమేచ్చియుండు
కటికి సూరయ్య వాడమ్మ కడుపుకాల
వానిగుండెలలో రాయి పడియెయుండు.

ఆ. ఎంతమాట వ్రాసితిప్పు డప్పరాయ!
గుండె చిల్కు పాలకుండ యాయె
మీకతాన, లేక – మీయడ్డు చే నేన
నామకుడను, ఇపుడు నామకుడను?

ఉ. ఈ యపహాసమందులను నెంతటి ముల్ కలదో యదెంత చా
రో యది యెంత తీవ్రతరమో మది తట్టెను నాకు మీరిటుల్
వ్రాయుటచేసి కంటకపు వాడితనంబు నద్ది చేయు పెన
గాయపులోతు దాని సెల గన్నుల గట్టిన యట్లుగాంచితిన్.

ఉ. ఈ పరిహాస మేరు రచియించిరో వారకటా మనస్సులో
లోపల సన్నుతించుటకె లోభము జెందిరి గాని మీకు సం
తాపము కల్గ జేయనని తాము తలంపరు, వాణి వెన్క ముం
జూపులు లేక పల్కు నరు జూచి భయంపడు నంచెఱుంగమే!

ఉ. మీ గాయంబున కేనె కారణము, నే మీయుంటనున్నపైటో
మూగె పోయితి గాని వేఱయిన టీమంజొచ్చి వాచాలతా
భాగస్వామిత మాత్ర గాక మఱియున్ వాచాలుతాఒఒభోగతా
భాగస్వామిత గూడ జెందితి నహో వాణీ నమస్కారముల్.

ఆనందావసరంబులందు మఱియున్ హాస్య ప్రసంగంబులన్
మౌనుల్ సైతము కల్లెముల్ విడిచినన్ వాగశ్యముల్ వేగపున్

మానం బందున గాలినేనియు జయింపంగల్గినం గల్గెడిన్
గానీ పాంథుల కన్నులందిడు ఖురాగ్రక్షిప్త భూరేణువుల్.

క. మాటలకన్నన్ మనమది
మేటికదా! దానికన్న మేటి క్రియకదా !
మూటింగడు నెఱిగిన నీ
బోటికి నే జెప్పగలుగు బుధవర్యుడనే ?
చిరివాడం గల రాజ్యభారమని మీచే వ్రాయగా బడ్డ యా
భరమీ రోజుల రాజ్యభారమనిపింపంబోది కేమన్నద
ద్భర మెంతేనియు భూమి భారమనిపింపం జాలు నన్నుం బలెన్
సరిగా జూచి సృజించె నీశ్వరు డహో సంతోషముం జెందితిన్

క. సూరివరారామము నా
కారంభమునందు జాల నానందము చే
కూరిచె నియ్యెడ నది వే
ర్వేఱుగ నెఱిడిని నాడు వెంట్రుక లెల్లన్.

క. చిరివాడ బురద యనెదరు
మరి సూర కరంబటెండ మలమల యట నీ
యిరు వగల యిఱుకు నను నే
పురపుర బొక్కంగ నిజము పుట్టిన వాడన్.

క. కొందరు మనుజులు తమ్మున్
నిందల పార్వఅచుకొనుచు నిర్వృతిగాని పో
చుందురు నేనా జాతికి
నందను, ఉన్నది యొనందు నప్పారాయా.

క. రమ్మని నీవును వచ్చితి
జుమ్మని నేనును లిఖించుచును నే
పుణ్యమ్మగు గడియనా కలిసెద
మమ్మ! నా భాగ్యమంతె యప్పారాయా!

ఆ.   మావిపండ్లు నేడు మా తోటలో లేవు
       రుక్మిణమ్మకేమి రుచిని గూర్తు?
       మాట మామ కాని మావికి మామకా
       దయ్య యనునో యేమి యనునో మీద.

క.   కలియుదము నలుగురము
       ఫలముగ బొందదముగాది పండువు మరలన్
       నలువురలో నారాయణు
       డెలమిన్వసియించు నంచు నెప్పుడు వినమే

శ్రీ శాస్త్రి గారు అప్పారావుగారికి వ్రాసిన మొదటి జాబు, అప్పారావుగారు దానికి జవాబుగా వ్రాసిన జాబు అటు తరువాత శాస్త్రిగారు వ్రాసిన జాబులలోని సంగతులు ఇతరులకు అర్థం కాక పోవచ్చును.

పూర్వం అప్పారావుగారింట్లో శాస్త్రిగారు బస చేసేవారు. అప్పుడు అప్పారావుగారు ఎవరికీ వారి రాక సంగతి చెప్పేవారు కారు. శాస్త్రి గారు వెళ్లిపోయిన తరువాత చెప్పేవారు. అటు తరువాత శాస్త్రిగారు వెంకటప్పయ్య గారింట్లో బస చేస్తూ శర్మ గారింటికి సాయంత్రం వచ్చేవారు. ఊరిలోని పెద్ద మనుష్యులు చాల మంది వచ్చి వారి ప్రసంగాలు వినేవారు. ఇది అప్పారావు గారికి కొంత బాధ కలిగించింది. దానిని గూర్చి వ్యంగ్యంగా పద్యాలు వ్రాశారు. శాస్త్రి గారు కూడా ఈ విషయాన్ని గూర్చి వ్యంగ్యంగానే వ్రాశారు.

అప్పారావు గారు రసజ్ఞులు. శాస్త్రిగారి పట్ల గౌరవము కలవారే. మా అందరితోను స్నేహంగానే ఉండేవారు. అయితే వారు గొప్ప లౌక్యులు. పూర్వం తిరుపతి వెంకట కవులకు, కొప్పరపు వారికి మధ్య వచ్చిన వివాదాలలో పాటిబండ వారు కొప్పరపు వారి పక్షం వహించారు. అప్పారావుగారికి నవ్య సాహిత్య కవులపైన అభిమానం ఉండేది. అప్పుడప్పుడు పద్యాలు రచించి ప్రకటించేవారు. వారు బెజవాడ ప్లీడర్లను గూర్చి 1941 లో రచించిన చిత్ర శాలలో నన్ను గూర్చి, వెంకటప్పయ్యను గూర్చి కూడా పద్యాలు వ్రాశారు. అందులో కూడా వ్యంగ్య రచన ఉన్నది.

యజ్ఞన్నారాయణ శాస్త్రి గారి లేఖ

చిరివాడ

03–03–1933

26 –2–19 33 ఆదివారం సాయంత్రం ఐదు గంటలకు మేము నివసించు గృహము అగ్నిపాలు అయినది.పగలగుటచే ప్రాణములతో బయటపడినాము. దైవ కృప చేత పశువులు,పశువుల పాకలు పశుగ్రాసము దక్కినది.ఈ కాలంలో ఋణబాధలు తీరి జీవించు టెట్లని భయపడుచుండ నివాసమెక్కడాని ప్రస్తుత విచారము. కాని పరమేశ్వరుడు మన మేలునకే చేయును

పై జాబు వ్రాసిన వారు బ్రహ్మశ్రీ యజ్ఞన్నారాయణ గారు ఈ సంగతి బేబీకి చెప్పవద్దని వ్రాశారు.బేబీ అనగా అప్పటికి జీవించి ఉన్న మా అమ్మాయి.ఆ పిల్ల 1935 సంవత్సరం నవంబర్ 14 వ తేదీన చనిపోయినది.శాస్త్రులు గారికి మా అమ్మాయి పైన చాలా ప్రేమ.

శివరామ శాస్త్రి గారి లేఖలు**continued**

శివరామశాస్త్రి

సురవరం

9– 7– 1935

ప్రజామిత్ర వారికి చెరి పాతిక పుస్తకాలు రైలులో పంపాలి.వాళ్లకు ఒకటి –రెండు ఆర్డర్లు వస్తున్నాయనిన్నీ, పంపమనిన్నీ వ్రాశారు. వాళ్ల address 160 Lloyds Road మద్రాస్ కాగితం వచ్చిందా? విశేషాలు రాసేది మా అన్నయ్యకీ దిగువ సంగతి అందజేయాలి. సిరివాడలో నారుసాదులు పోయింది. కాని ఊడ్చుకోవలెను. దుక్కులు సొంతం కాలేదు. ¼అయినాయ్. వెంటనే ఒక సారి చిరివాడ వెళ్లవలెను. నేను కూడా రెండు మూడు రోజులలో వెళతాను

సురవరం
AtkurPO, Krishna
06/05/1939

వద్దాం వద్దాం అనుకుంటున్నాను కానీ కాలు కదపడం లేదు. నేను పోయినసారి నాలుగు నెలలు బెజవాడలో ఉండి పోవడం వల్ల ఆ అప్పు వడ్డీదేఖీలు తీర్చుకోవలసి వచ్చింది. పాలేర్లు కట్టని తిన్నగా చూడలేదు. ఎక్కడ బట్టినా దారులే. లంపులమారి గొడ్డను కాచడం "బ్రహ్మ షో బ్రహ్మ" అయిపోతుంది. మూడేళ్లు పెరిగిన అంట్లు, ఇరవై ఆరు పశువులు జతరాలలో జీర్ణాలయిపోయినాయి. ఈ గొడ్లను కాచడానికి అదనంగా ఇంకో మనిషిని ఉంచాను. కానీ అందువల్ల లోగడ మనుష్యులతో పాటు అంటిసాగా ఈ మనిషి వెనకాల గూడా నేను ఉండి అదిగో ఎద్దొచ్చింది ఇదిగో ఆవొచ్చింది అని చెప్పి చూపి పంపించవలసి వచ్చింది. ఈ పాలేళ్ళ వ్యాపారం మీకు అగోచరంగా ఉంటుంది. అయినా తెలుపుతాను. పాలేళ్లకు వైశాఖం వచ్చిందంటే ఆటేడుపు ఆసామికి ఏడుపు. వైశాఖానికి ముందే జీతాలు మెల్లగా పాలేళ్లు లాగేస్తారు. ఇక ఈ ఏడు మేము ఉండమని ఒకళ్లతోనూ ఇంకో బస్తా ఎక్కువిస్తే ఉంటామని ఇంకోళ్లతోనూ ప్రచారం చేయడం మొదలు పెట్టి చెప్పిన పని పెడచెవిన పెట్టడం మొదలుపెడతారు. ఈ మెరక దేశంలో నీళ్ల సహేతూ పాలేళ్లు పట్రావలసి ఉండడంవల్లనూ. వాళ్లు రెండు మూడేసి రోజులు కట్టుగా ఎగేయటం వల్లనూ నాబోటి ఒంటరి సన్నాసులకు, శరీర బలం లేని వాళ్లకు, విశేషించి తోటలలో ఉండేవాళ్లకు ఈ జ్యేష్ట వైశాఖలు రాహు కేతువులు. ఒక పూట పాలేళ్లు రాకపోతే గొడ్లకు నీళ్లు, మేత, వాటిని విప్పడం కట్టడం, పొయ్యిలోకి పుల్ల, వైగారా గృహసూత్రాలే కాకుండా వనపర్వం కూడా కళ్లకు కడుతుంది. ఇందువల్ల పాలేళ్లను నమ్మక ఈ రెణ్ణెల్లు ఇద్దరు నెల జీత గాళ్లను పెడతాం. ఇహ వాళ్లు కొత్త. ఏ పని చెయ్యాలో వాళ్లకు తెలియదు. తెలియచెప్పినంత మాత్రాన లాభం లేదు. వాళ్ల వెనుక వెనుకనే ఉండి కోపగించకుండా వాళ్ల ఒళ్ళు నొవ్వకుండా తెలివిగా పని చేయించుకోవాలి. వాళ్ల వల్ల పని కావాలి అనుకుంటే మనం డ్రైవరుగా పని చేయాలి. ఈ రీతిగా నా పని చాలా దురావస్థగా ఉన్నది. పోనీ విడిచెద్దామా అంటే మూడేళ్లు పెంచిన మొక్కలను విడవడం అలసుని లక్షణం. అందుకోసరం ఇప్పుడు పెనగులాడుతున్నాను. ఇప్పుడు పాలేళ్లకు ముక్క పట్టు. పాత వాళ్లు పోతారు. కొత్త వాళ్లు దొరకడం లేదు. ఇక ఈ విషయం విసుగెత్తింది. ఇది ఆపేస్తాను.

1. మీ జతనం తిన్నగా పని చేస్తుందా?

2. కాఫీ తిన్నగా కుదురుతుందా లేక అమరుతుందా?

3. కుర్రాణ్ణి ఉపలాలించి కుర్రిలను బర్లోకి లేక చదువుకి పంపుతున్నారా లేక మీరే చెబుతున్నారా?

4. రోజూ కోర్టుకు పోతున్నారా? సెలవులెప్పుడు ?

ప్రజామిత్ర ఆఫీస్ మేనేజర్ కు (43 ఆచారప్పన్ వీధి G.T Madras) రాజుని బుద్ధి–తీరని – ఈ రెండు పుస్తకాలు రెండేసి చొప్పున Book Post లో పంప గోర్తాను.

చిరంజీవుల కుశల వార్త వ్రాయండి. మీ పక్కన ఉన్న వెంకటప్పయ్య గారిని కొంచెం కదులుస్తాను. నేను అక్కడి నుంచి వచ్చినలగాయితు మీరు చదివిన కొత్త పుస్తకాలు ఏమైనా మంచివి ఉంటే నా కోసం పెట్టండి. ఇప్పుడు నా శరీరం తప్ప మనస్సు పని చేయడం లేదు. అందుకోసం మనస్సు కొత్త భిక్ష వేడుతుంది. మీరంటారు బహుశా– 'తోటలోంచి వచ్చేయండి' అని నేనంటాను 'తోట లోకి రండి'అని. బెజవాడ టెంపరేచర్ కన్నా మేము తక్కువ తినలేదు. చెమట ౯ ౯ పాళ్ళు చల్లగాలి ఒక పాలుగా ఉంది. మామిడి పండ్లు బహుశా మీకుంటాయ్. మాకు ఉండవు. ఇటువంటి కారణాలన్నీ మీ దెసనే మొగ్గినా ప్రేమ బలం నా దెసే. రేపు ఆదివారం కాక పై ఆదివారం మూడు గంటల బండిలో అంపాపురంది అస్తమయానికి ఇక్కడికి వచ్చి మళ్ళీ పొద్దున్నే సోమవారం కోర్టుకు హాజరు కావచ్చు. శర్మ గారికి కూడా ఇదే నా అభ్యర్థనం. వీలైతే ఈ లోపుగా నేను అక్కడికి వస్తాను .శర్మగారింటా మీ ఇంటా యేగక్షేమాలు తెలిపేది. పోస్ట మాన్ హడావుడి ఎక్కువ అవ్వడం వల్ల తలపులన్నీ ఆగిపోయాయి.

భవదీయుడు
వేలూరి శివరామ శాస్త్రి

సురవరం
Atkur PO
16– 5–19 39

విడరాని అతిధులు రావడం చేత బెజవాడ రాలేకపోయాను. మీర్జాపురం రాజా గారు నిన్నో నేడో అక్కడికి వస్తారని విన్నాను. వచ్చి అక్కడ నిన్న నుండవలసినదేగాని మా ఆడవాళ్ళు వంట నాచేత చేయించే రోజులు. అంచేత ఖడేరావు. ఈ ఇబ్బంది తీరండే రాలేను.

రాదలచు కున్నమని గానీ లేదని గానీ మీ ఉత్తరం చెప్పదు. సరే కానీండి. కాలం పక్వమైన తర్వాతే వద్దురుగాని.

పైకం వెంటనే ఇస్తాను అని మీకు ఇంత వరకు ఇచ్చాను కాను. అవసరమైతే రాయండి. కుర్రాడికి పూర్ణానందం పేటే గాక తత్తిమా పేటలన్నీ స్వయంగా తీసుకెళ్ళి చూపండి. చిరంజీవులంతా ఈ వేసవిలో ఎట్లా వున్నారో!. రాత్రి ఎక్కడ పడుకుంటున్నారు? మాకు ఇక్కడేం తక్కువగా ఉంది. పగలు ఒకటి రెండు గంటల మధ్య Hot Iron Plate పెట్టినట్టు ఉంటుంది. వెంకటప్పయ్య గారు మూకీ భావం వహించారేమి? ఊటీ కి గాని మరో చోటికి గాని వెళ్తారా? లేక వెళ్ళారా?

శివరామ శాస్త్రి

ష.రా: శాస్త్రి గారు నన్ను వెంకటప్పయ్య శర్మ గారిని తోటకు రమ్మని చాలాసార్లు కోరారు

సురవరం
10-06-1939

శివ రావు గారు,

మీ ఉత్తరం అందింది. Post Man తొందరవల్ల ఉత్తరం విపులంగా వ్రాయలేను. మళ్ళా పద్నాల్లు గాని రాడు.అప్పుడు రాస్తాను. పిల్లల అందరి క్షేమం వ్రాసేది.

వెంకట్రామ్ వారు వ్రాసిన కార్డు ఇందులో పంపుతున్నాను. వారికి మీరు జవాబు రాస్తారని నేడే కార్డు వ్రాశాను.మీరు ఎల్లాగ ఆలోచించి (వెంకటప్పయ్య గారు కూడా) వారికి వ్రాస్తా నాకు తెలిపేది. వెనుక నేను వ్రాసిన (పిల్లలకు ఉపయోగించు) దాన్ క్విక్సోటు సంగతి కూడా ఈ సందడిలో ఊదండి. నా ఒంట్లో ఏమీ బాగాలేదు. ఆత్మ పని చేయడం లేదు. Brain ను విరిచి పని చేయిస్తున్నాను. వస్తానెప్పుడో వెంకట్రామ్ వారికి వ్రాయడానికి కార్డు కవరు లేకపోయింది. వెంటనే మీరే వ్రాయండి

శివరామ శాస్త్రి
వే. శివరాము శాస్త్రి

సురవరం
13-06-1939

శ్రీ శివరావు గారు, బెజవాడ

వెనుకటి ఏదోతేదిమీరు వ్రాసిన ఉత్తరానికి పదో తేదీ ఉరుకులు పరుగులతో ప్రత్యుత్తరం వ్రాశాను. మళ్ళా ఈ నాటికి గాని Post ప్రత్యక్షం కాలేదు.

మీ రోగ చరిత్ర చదివాను. Cramps తాలూకు లీలయేమో. అదికూడా విచారించమనండి డాక్టర్లని. ఈ కోర్టు సెలవులలో ఏమి చదివారు? మీ ఉత్తరాలవల్ల

వెంకటప్పయ్యగారు గృహంలోనే ఉన్నట్లు తెలుస్తుంది. వారికి కూడా రాత్రి భోజనం మానేస్తే జబ్బుకావడం కోర్టు తెరిస్తే గాని పోదనుకుంటాను. తగినంత పని అప్పుడు గాని తగలదు. సరే కాని తొట్టి స్నానం చేస్తున్నారా? శ్రీ సుసర్ల గంగాధర శాస్త్రి గారు 27-06-1939 వరకు బెజవాడలో ఉంటానని నిన్న రికార్డు ప్లీడరు చెరుకుపల్లి వేంకటప్పయ్య గారి వద్ద ఉంచుదును అనిన్ని అప్పుడీ వ్యవహారం పూర్తి కావలెను అనిన్నీ వ్రాశారు. ఈలోగా మా అన్నయ్యను వెంకటప్పయ్యగారితో మాటాడమనండి.

మనలోమాటలు: నెలా పది హేను రోజుల క్రితం శ్రీ గంగాధర శాస్త్రిగారు "మీరు నాకు డబ్బెప్పుడిస్తారు"? 'గడువు రాయండ' టూ ఒక కార్డు వ్రాశారు. దానికి జవాబు నేను ఒక ఋణదాత ఒక పేద సంసారిని ఇలా ప్రశ్నిస్తే తృప్తికరమైన సమాధానం ఇవ్వగలడా? అని వ్రాశాను. అందు మీద ఆయన మళ్లా "నేనే పేదను. మీకు పొలమయినా ఉన్నది, పోనీ పొలం కట్టుకుంట్టాను" అని వ్రాశారు. ఇది బాగులేదని అన్నయ్యని ఆయనతో మాట్లాడమన్నాను. అన్నయ్య బందరు వెళ్లిఉంటాడు. మాట్లాడే ఉంటాడు గాని కిం లేదు కం లేదు. తత్వలితంగా మళ్లా గంగాధరం గారు ఉత్తరం వ్రాశారు. ఈ రెండు ఉత్తరాలు చూచి వెనుదిరిగి చూశాను. అగాధంగా ఉన్నది నా భారం. లోగడ నేను కళ్లు తెరవలేదు. ఋణాలు తీర్చలేనని భయం పట్టింది.

కం.   నేను దరిద్రుడనంచును

నేనాడే నియును మదిని నెంచగాలే

దీనాడు దైవ కృప చే

నేనే నిఉపేదననుచు నెటిగితి నెదలో

నాయాయవ్యయ పుస్తకంబెపుడు జన్మంబొందెనో నాడుగో

నాయాయంబును మ్రింగి నావ్యయ మన్మతంబై కనంబట్టు నా

కీయంగా దగువాడొకండయినలేడీవిశ్వమందెందునే

నీయంగా బనిలేని వాడొకడు గానీ లేడు లోకంబునన్

అని చెప్పుకుని ఈ రెండు మాటలలో నాలోనే విశ్రాంతి

పొంది పోతేబాగుండదు కొంతలోకానికి కొంతగవర్నమెంటుకూ అంటగట్టి finish చేస్తే బావుంటుందని తోచి

కం.   చదువవలలు రాదు-విద్యా

మదమెక్కువ జఠరాగ్ని మందము జీవ్ష

కేకదనము భయదము నన్నుం
ద్రిదులంగా జేయు నొక దరిద్రుడు కలడే

గీ.   నాదు సంసార చరితమంతయును గుట్టు

పరుల సంసార భండార భరము రట్టు

నాకు సంపూర్ణముగ రొట్టె నీకు ముక్క

శ్రీ విభూతి యొయిద్ది దారిద్ర మొక్కొ

పరిభోజ్యంబగు యౌవ రాజ్య పదవిం బట్టాభిషేకం బొగిం

చెరిమెన్ నా కానరింపవమ్మ యని పెద్దమ్మ నర్దింప —బా

పురె నీకంటెను బెద్ద వారు దొరలే పూజ్య ప్రపంచమునన్

దఱచు న్నారని యామె వీడ్కనియె నా ధైర్యంబు చల్లార్చున్

ఈ చివర పద్యాలలో నేనసలు చెప్పుకోదలచింది మారింది కాని ఈ ఋణాలతో నేను బెంగ
పడ్డాను.

క.   చిక్కెడి యాయము గోచికి

నెక్కువ కొల్లాయి గుడ్డ కించుక యంతన్

దక్కువ, వ్యయమ ధిపులలో

నెక్కువగా నంతె చేతికిక గడముంతే

సరే ఇది ఇట్లా ఉండనీయండి. ప్రకృతమనుసరామపాయసంభక్షయామః

మీరు పంపిన పుస్తకాలకు (హైదరాబాదా) చిదానందం గాని ఆ Book stall
వారు గాని పైకం పంపుతామన్నారు. పంపనట్లు తోస్తుంది. తెనాలి వారిని కూడా మీకే
పంపమన్నాను. ఈ రెంటిలోనూ లోగడ ఉన్న పుస్తకాల బాపతు యేమయినా ఉంటే నూ(
అనగా నాకు పుస్తకాలకు కొందరు రాస్తుంటే మీ అడ్రసు ఇస్తున్నాను. అలా మీ దగ్గర
ఏమైనా డబ్బు ఖర్చుయి డబ్బు వస్తేనూ) గ్రంథాలయవారి బిల్లులో జమ కట్ట గోరుతాను.
పిదప

కాగితం తెప్పించడం, తలపెట్టడం నా పుస్తకాలు వేయించడం, తలపెట్టడం
వగైరా ఉండే అది నాకు తెలుసు గంభీరమైన ఉదారతా. దానిముందు నేను వెల తెలా

పోతున్నాను. నేను మీ జౌదార్యాన్ని స్వీకరించడానికి తప్పస్సు చేసి ఉండవలసియుంది. లేకుంటే ఇప్పుడైన చేయాలి. నేను 26,27 తేదీలలో అక్కడకి వస్తాను.

శ్రీ మా అన్నగారెక్కడ ఉంటున్నారు ? ఆయన నాకు ఉత్తరం పత్తరం వ్రాయడు. సదానందం తన పెండ్లి నిన్న అని ఉత్తరం రాశాడు. నేడందింది.

శర్మగారికి నా అభినందనాలు చెప్పండి. అందరి తాలూకూ అందరి పిల్లలయోగక్షేమాలు తెలిపేది. ఈ ఎండలకు కొండలు పిండవతుంటే పిల్లలు పిండవటం ఆశ్చర్యం కాదు!

ఈశ్వరుడు ఆగ్నేయాస్త్రం విడవడంచే ఆకాశమండలం అంతా రేయింబవళ్ళా జ్వాలాతోరణంగా కనిపిస్తుంది నెలరోజులనుంచీ వరుణుడు ఇంకా ఒల్లెత్తలేదు (పునశ్చ). మీరు వెంక్ట్రామా అందుకోవారికి ఫ్లీదరవటం చేత వెంకటప్పయ్య గారిచే ఉత్తరం రాయిస్తే బాగుంటుందేమోనని అనుకుని ఆ మాట వెనుకటి ఉత్తరంలో సూచించాను గాని స్పుటం చేయలేదు. వాళ్ల దగ్గరనుంచి ఉత్తరం రాగానే మీ సలహాతో ఆ ఉత్తరం పంపండి.

వే.శి.శా

సురవరం

దిగవల్లి శివరావు గారు,

A T kur PO

05/08/1939

కుశలోపరి, ఉత్తరం అందింది. నేను ఈ వారంలో వస్తున్నాను. వెంటనే పట్నం వెళ్లి మీర్జాపూరు వారి దర్శనం చేసుకుని, అటో ఇటో తేల్చుకుని రేడియోలో గాలి ఖబుర్లు రెండు చెప్పి తిరిగి వస్తాను. పైకం ప్రస్తుతం పట్రాలేను. నాకున్నా అతి రాతవలనే అనుకుంటాను. కుడిచేయి నరం పీకుతుంది. ఎత్తనీయదు. మొహం కడుక్కోనీయదు. అవస్తగా ఉన్నది. కుర్రాడికి విరోచనాలవటం మంచిదే సద్దుకుంటేను.అల్లరికి మరికాస్త చురుగ్గా ఉంటుంది. పుస్తకాలు వచ్చేటప్పుడు తెస్తా. వెంకటప్పయ్య గారిల్లు జనాఫాతో ఉందా? జపం చేస్తుందా? రేపటితో రేడియో రాత అవుతుంది. రెండుమూడు రోజులలో అవి ఇవి సద్దుకుని మా ఆడవాళ్లను అటు ఏలూరో ఇటు చిరివాడో గిరాటేసి నేను రెక్కలు విప్పుతాను

వే.శి.శా

Suravaram
AT Kur PO
19/09/1939

శ్రీ దిగవల్లి శివరావుగారు

హైదరాబాదు నుంచి ఉత్తరం రాలేదు. ఇవాళే వ్రాశాను. అక్కడనుండి ప్రత్యుత్తరం రాగానే పర్యవసానం తెలుపుతాను. బాపట్ల హైస్కూలు తెలుగు పండితులు వడ్లమూడి వెంకటరత్నం అనే వారు నా ఆత్మకథలోని కొద్ది వచనంలో ఏదో టెక్సు టులో వేసుకోటానికి అనుమతి కోరారు. ఇచ్చాను. కానీ ఆంధ్ర గ్రంధాలయ అధికారులు అంగీకరించలేదట. ఇది నేను తెచ్చుకున్న అవమానము. దేముడు వరమిచ్చినా పూజారి వరమియ్యడుగా. కాపీ రైటు నాకు లేదు.

(.... తరువాయి భాగము పోయింది.)

సురవరం
A T kur P.O
02-01-1940

శ్రీ శివరావు గారు, బెజవాడ

చిరివాడ నుండి నిన్ననే వచ్చితిని. దైవ ఘటన–ఎవరు రావలని నేను అనుకుంటానో వారు రావటము, నేను లేక పోవటము, ఇంటి వద్ద మంచి నీళ్ళు ఇచ్చినా పుచ్చుకున్నారో లేదో!

ఇదంతా భక్తునకు, భగవంతునకు జరిగే లీల లాగ వున్నది. భక్తుడు భగవంతుని కోసం పరితపించి నిద్రపోతాడు. అట్టి భక్తుడిని నేను కాకపోయినా, మీరు మాత్రం భగవతత్వం వెంటబెట్టుకుని వచ్చి నన్ను విలపింపజేశారు. శ్రీ రాధాకృష్ణమూర్తిగారికిని, శర్మగారికిని, మీకున్నూ నా కృతజ్ఞత. ఇంట్లో మా ఆవిడ నాకంటే అజ్ఞానురాలు. మీకు ఆతిధ్యం ఇవ్వలేనందులకు క్షమాపణ. రెండుమూడు రోజులలో వేరుశనగకాయ విడుదల అవుతుంది. కాంగానే బయలుదేరి వస్తున్నాను. చిరంజీవులను అడిగానని చెప్పవలెను.

వేలూరి శివరామ శాస్త్రి

వివరణ: మేమందరము సురవరం తోటకు వెళ్లేటప్పటికి శాస్త్రి గారు లేరు. వారి భార్యగారు మాకు కాఫీ ఇచ్చారు. మేము తిరిగి వెళ్లిపోయాము. శాస్త్రిగారి గ్రంధము ఏకావళి కథలు–గాధలు ఆంధ్ర గ్రంధాలయ ప్రెస్సు 1940 సంవత్సరంలో ముద్రింపబడినది. దానికి కావలసిన Imitation Feather weight కాగితము తెప్పించటానికి నేను ప్రెస్సు మేనేజరు, కుందా నరసింహమూర్తి గారికి 100

రూపాయలిచ్చి. ముద్రించిన తరువాత కొన్ని పుస్తకాలు విక్రయించి ప్రెస్సు బిల్లు చెల్లించి మిగిలిన పుస్తకాలు శాస్త్రిగారికిచ్చాను. అటు తరువాత శాస్త్రిగారి గ్రంథాలు ప్రచురణ బాగా సాగింది. వారికి ఉత్సాహము కలిగింది. చాలా రచనలు చేశారు. 1939–40 మధ్య కాలంలో వారి పరిస్థితులు, వారి మానసిక స్థితి వారి ఉత్తరములవల్ల తెలుస్తాయి.

సురవరం

తోట

14-04-1940

శ్రీ శివరావుగారు

అవ్వేళ ప్రొద్దున్న తపాల జవానును జబర్దస్తీతో ఆపి ఆ మాత్రం కార్డు వ్రాసి ఇవ్వగలిగాను. ఈవేళ చిరివాడ వెళ్ళే మనిషి కావడం వల్ల అది సావకాశంగా వ్రాసి ఇవ్వడమైనది. ఏమిటి? అచ్చుకాగానే కథలు వేయించడానిగాను వాటిని మళ్ళా చూసి వ్రాద్దామనే ఉద్దేశ్యంతో ఇక్కడికి వచ్చి ఆ పనిలో ఉన్నాను. ఈ కథలు తాలుకు కథ కొంచెం చెప్పాలని ఉన్నది. 200 కథలు ఇళ్లలో తగలుబడ్డాయి. అందులో 20 కథలు తాలుకు కాగితాలు మధ్య మధ్య తగులబడి అందులో కొన్ని ఇందులో కొన్ని పరకపాలుగా దొరికాయి. సంపూర్ణముగా ఏదీ గుర్తులేకపోటం వల్ల కొన్ని కొన్ని కథా శరీరాలు కొన్ని కొన్ని కథల ఆత్మల నాచ్చాదించాయి. ఇప్పుడు వాటికి సరైన తొడుగు తొడగాలి. అన్నిటికి కాదుగాని సగానికి. కాబట్టి నేను ఈ యోగంలో ఉన్నాను. ఇంత అవయోగం కవులలో నాకు తప్ప ఇంకొకరికి పట్టలేదు. ఈ దుఃఖాన్ని అప్పుడు చాల చిత్రంగా భరించా గాని ఇప్పుడు అవమాన సహితంగా అనుభవిస్తున్నాను. ఇది బహుపరాక్కు కాదు, దుఃఖ సముద్రం. తధాస్తు.

ఇందులో భద్రాచలం లో 20,21 తేదీలలో అక్కడి వారి భాండాగార సభకు రమ్మని ఆహ్వానం వచ్చింది. కొంచం ఏదో ధన లబ్ది కలిగేటట్లుంది. 17, 18 లలో అక్కడికి వచ్చి వెళ్ళాలి. Carr తాలూకూ సామెతలు నా దగ్గర వున్న సామెతలు చూచి ఇందులో లేనివి మాత్రం వ్రాసుకోవాలి. నేను వచ్చేటప్పుడు ఈ పుస్తకం పట్టుకు వస్తాను. దాని పని అప్పుడు పడదాం. పుస్తకాల ప్రకటన విషయం నేను వచ్చిన తరువాతనే. చి.శ్రీ జమదగ్నిని(మీ)భారతులలో మూడు కథలు వ్రాయవలసి యున్నాయి. వాటిని వ్రాసిపెట్టమని అడిగాను. ఈ పాటికి వ్రాసి ఉంటాడను కుంటాను. లేకుంటే నేను చెప్పినట్లు చెప్పండి. ఒ హో మళ్ళా మీ కార్డు చూసేసరికి "వెళ్ళాడు" అని ఉంది. అయితే అదిన్నీనేను

దేశాంతరాలనుంచి తిరిగివచ్చుకనే. అంతా అసమగ్రం గానే అయింది. జీవితమే అంత. అందులో నావిషయం మరీ మరీని.

బిదాయ్

వే శివరామ శాస్త్రి
సురవరం, ఆత్కూరు టపా
22-07-1942

శ్రీ దిగవల్లి శివరావు గారు, బెజవాడ

కుశలోపరి

వెనుకటి ఉత్తరం మీకు చేరక పోవడంలో ఇక్కడ టపావారిది దోషం కాదు. ఈ ప్రమాదం బెజవాడ టపా వారిదే. దీనికేమైనా అంతరార్ధం ఉన్నదా? 33వ సంవత్సరం డైరీ చూస్తున్నాను ఇందులో ఇలా రాసుకుని ఉన్నాను. (23-10-33) సుసర్ల గంగాధర శాస్త్రిగారికి 3-11-30వ తేదీన నాయనగారు వ్రాసి ఇచ్చిన ప్రామసరీ నోటు అసలు ఫాయిదాలు 1315-7-2 నెలకి 0-13-0 కాంపౌండు వడ్డీ 416-12-0 మొత్తం 1731-3-2 వందలకు నోటు వ్రాసితిని. దీనిని బట్టి మా అన్నగారు నోటు వ్రాయడం పోల్చుకోవచ్చు. 28వ సంవత్సరంలో మేము వేరు పడ్డాం. ముప్పదవ సంవత్సరంలో నేను ఊరులో ఉన్నాను. మాఅన్నయ్య జైలులో. కాగా మా నాయనగారు ఆనోటు కూడ వసూలు వేశారో కొత్త నోటు వ్రాశారో తెలిదు. నాచేత వ్రాయించుకున్న నోటులో వెనుకటి నోటు ఉదహరింపించారు. దీనితో అనుపూర్వి తెలిపోయినట్టె. మేము విభక్తులమైన సంవత్సరంలో ఒక పొలం చి. నాగేశ్వరానికి అమ్మినట్లు గుర్తున్నది. ఆ దస్తావేజు తేదీ తెలుపుమని చి.నాగేశ్వరానికి నేడే కార్డు వ్రాస్తున్నాను. 24,25,26 తేదీలలో అక్కడికి వస్తే వస్తాను. లేకుంటే లేదు. చిరంజీవుల ఆరోగ్యం వ్రాయండి

భవదీయుడు
వే శివరామశాస్త్రి

వివరణ:

ఏనుగుల వీరస్వామయ్య గారి కాశీయాత్ర చరిత్ర ప్రకటన 1941 ఆగస్టు. శివరామ శాస్త్రిగారు – ఏనుగుల వీరస్వామయ్య గారి కాశీయాత్ర చరిత్ర చదివారు. అందులో అసాధారణ ప్రయోగాలకు అర్థాలు వ్రాశారు. అకారాది సూచిక Index చదివి సూచించారు

సురవరం

ఆత్మకూరు టపా కృష్ణా జిల్లా

19-04-1946

శ్రీ డి. శివరావు గారు,

బెజవాడ

ఈ నడుమ ఆంధ్ర వారపత్రికలో హిందూముస్లిం పొత్తును గూర్చి మీరు వ్రాసిన వ్యాసానికి నేను సేకరించిన ఒక చిన్న విషయం పంపుతున్నాను. మీ వ్యాసం పుస్తకాకారం పొందితే ఇది గూడా దానికి శరీర వృద్ధి కలిగించవచ్చు.

వివరణ: 1.మహమ్మదీయుల శ్రీకారము. కథలు–గాథలు 3వ భాగము.

           2.శ్రీ శాస్త్రి గారు పంపిన శాసనం నకలు ఇక్కడ చూపలేదు.

వివరణ:1946 సంవత్సరం లో వెంకటప్పయ్య గారి డైరీలో గుటూరు వెంకట రెడ్డి, దంటు సుబ్బావధాని వగైరా .....వారు వేలూరి శివరామ శాస్త్రి గారు అందరితో కలసి మెలసి ఉండరని నిందించారు. శాస్త్రిగారు తమ్ము సమర్ధించుకొన చూచినట్లు డైరీలో వ్రాశారు. శాస్త్రి గారు భారతిలో వ్రాసిన వ్యాసములో బెజవాడలో చదివిన ఫ్రెంచి గ్రంథకర్త గ్రంథమును బర్నార్డు షా రంచించిన గ్రంథమును Damaged goods గా పేర్కొన్నారు.

చిరివాడ

కృష్ణా జిల్లా

2-11-1950

శ్రీ శివరావు గారు

మీ చీటి చూచితిని. ఏ నిమిషానికానిముషం ఏనాటికానాడు శ్రీ వెంకటప్పయ్య గారి జల సమాధికి పిడుగడచినటులు మనస్సు సిధిలమైపోతుంది. మొన్న ఈ నడుమ అక్కడకి వచ్చినప్పుడు ఏమేమో చెప్పాలని అనుకున్నాను. వారు వీరు రావడాన ఏమీ వీలులేకపోయింది. రామవరప్పాడులో డాబా మీది గది మీకోసం. అదే మీకు ఆశ్రమం అని వెళుతూ అన్న మాటలు. అతడు చాలా సహనం గలవాడు. బాధాతీతుడని ఒకప్పుడనుకున్నాను. ప్రపంచమంతా కలసి ఐక్యస్వరాలుగా ఆత్మహత్య చేసికొన్నాడంటే అనీయండి. ఒకవేళ అన్నా నేనతని హృదయం చూచి నమ్మను. సౌందర్యం ఎక్కడ ఉన్నా ఎంతఉన్నా గ్రహించిన శిల్పి. అతనిని నేనెంతో ప్రేమించేవాణ్ణి. నేను కన్నుళ్ళ పాటు సంతతమూ కూడా ఉంటే జరుగుతుందని గ్రహించాను Law లో కల సౌందర్యం అతడు

ఎతిగి ఉన్నాడంటే చెత్త కూడా ఉత్తది కాదు గదా! అట్టి సౌందర్య ద్రష్టకు ఆత్మసహాయమైన ఆత్మహత్యలో సౌందర్యాన్వేషణం చేయవలసిన పని ఉండదు. ఏ బాధలోనయినా అది ఎంత మర్మవిధమయినా దానిలో నే అతడు సౌందర్యాన్ని సాధించేవాడు.

మనము మిత్ర హీనులమయినాము. వారి ఇల్లు అద్దెకు ఇస్తారని మీరు వ్రాశారు. ఆ ఇంట్లో ఉండగలవారు పవిత్రులు. పినతండ్రి గారు పోయినప్పుడు ఒక ఉత్తరం నాకు వ్రాశారు. దాంట్లో –పరులయందూ తనయందూ ఆయనకు ఎంత విశ్వాసమో అ ఉత్తరం చదువుతూ చదువుతూ నా మనస్సు ఆనంద ఘనమై పోయింది. దానిని మీకు పంపుతున్నాను. జాగర్త పెట్టండి, మళ్లా నాకివ్వడానికి. ఆయన సౌదర్యం ఎప్పుడో ఒకప్పుడు చెప్పుకున్నాడు. ఆయన వ్రాసిన అక్షరాలు ఒక్కొక్క అక్షరం అక్షర సుందరం. ఆయన కట్టో బొట్టో! ఆకన్నో ఆహ ఇప్పటికీ ఎప్పటికీ కూడా చూడలేదు! ఆ పలుకుబడి దాంట్లో ఎంత సమత్వం?

మా ఇంట్లో సంగతి మీరు విని ఉండవచ్చు. ఈమెను విడిచిపెట్టి వచ్చే స్థితి లేదు. కాని ప్రాణం అటు విల విల లాడుతుంది. పది రోజులలోగా రావడానికి ప్రయత్నిస్తాను.

వే. శివరామ శాస్త్రి
చిరివాడ
09-06-1956

ఒక విధముగా అంతా హుళక్కి ఇంకొక విధముగా అంతా సత్య ఫక్కి

చిరివాడ
03-01-1963

ఆశీస్సులు

శ్రీ భ.(6)గారికి అనుగ్రహము కలుగబోదన్నది లేదు. ఆయన అప్రద బంతి వలె తిరుగుచుండెను. ...

మా అన్నగారు ఇప్పుడు బందరులో ఉన్నారు. Blood Pressure అధికమై లేవలేకున్నారని నిన్నటి వార్త. కాటూరి చాల బాధపడినందులకే గాక నేను చూడ జాలక పోయినందుకు పరమ విచారము గానున్నది. ఏమి చేయగలము. మనకు కనబడు మనిషి మనిషి కాదు పూర్వ కర్మ విశిష్టుడనబడడు. ఆయనేమి, కర్మమే బీకన్ లైట్.

వే.శి.శా
02-07-1966

---

(6) డా. సూరిభగవంతం గారికి కోటంరాజు మృత్యుంజయరావు M.Sc విషయమైశాస్త్రిగారి చేత సిఫారసు చేయించాను.

శివరావు గారు,

ఆశీః

మీ లేఖ చూచాను. మీ స్థితియున్నూ నా స్థితియున్నూ సమముగా ఉన్నది. మీ కుట్టల యోగక్షేమము చదివి సంతచించితిని. శ్రీ చాగంటి ఇంట్లో మీరు చూచే అప్పారాయణింగారెవరు? శ్రీ చాగంటి ప్రాక్టీసు చేస్తున్నారా? ఓహో! జ్ఞాపక శక్తి నాకు సున్నా అయినది. పాటిబండ అప్పారావు గారా!. వారును ప్రాక్టీసు మానినారని తెలిసింది. మేలు. అందఱు........లేతారు గదా!

మీ గదకు వచ్చిన ప్రోఫెసర్ తోణకడు బెణకడు. అందఱినూ ఆదరంగానే స్తోత్రం చేస్తాడు. దురుద్దేశం ఏమాత్రం లేదు అతి మాత్రం అనిపించుకుంటుంది. ఆయనకు మీ యెడ చాలా గౌరవం మీకడ రాయల విశేషాలు father Heras కన్నా ఎక్కువ తెలియునని అతని భావన. మైసూరు వెళ్లి పోయాడు. మళ్లా సెలవలకు వస్తాడు లెండి. నడుమ నుడుమైనా క్షేమం తెలుపుతూ ఉండగోర్తాను.

వే.శి.శా

వివరణ: ఈ ప్రోఫెసరు శ్రీ శాస్త్రిగారికి బంధువని మైసూరు కాలేజీలో తెలుగు లెక్చరర్ అని శ్రీకృష్ణదేవరాయలను గూర్చి రీసెర్చి చేస్తున్నాడని ఆయనకు భారతి సంపుటాలలోని వ్యాసాలు కావాలసియున్నదని.......శ్రీ శాస్త్రిగారు ...తేదీన ఉత్తరం వ్రాశారు అయన వచ్చి నన్ను స్తోత్రం చెయ్యడం ప్రారంభించాడు!

చిరివాడ

16-09-1966

శ్రీ శివరావు గారు

ఆశీస్సులు

మీ ఉత్తరం చదివి ఆనందించాను. Academy ప్రభుత్వం వారు ఇప్పటికి మిమ్మును గుర్తించ గలిగినందులకు చాలా సంతోషం. మీరు నిష్పక్షపాతంగా నిర్భయంగా చరిత్రలో ఎవరికిని తెలియని క్రొత్త అంశములతో ఆవిష్కరించుట వలననే మిమ్ములను ప్రభుత్వం గౌరవించినది గాని ఇది ఒక సిఫారస్సు కాదు. జీవితం తుదిఘట్టంలో పడ్డదని మీరనుకుని తెలిపినందుకు ఒకేసారి దుఃఖసంతోషాలు కలిగినవి. అందరకును ఇట్లు తోచుగాబోలునని నా అనుభవమునకు ఇది వచ్చినది. ఇంకనుముననుముందు ఇంకెట్టివి కలుగునో చూచునది. Opium Eater చదివియుందురు గదా! మనసులోని వీనినట్టిని తుడిచి పారవయిచి కొనుటను అభ్యాసము చేయునది. మీ గృహలక్ష్మిని అడితిని నా నమస్కారములతో లేక ఆశ్వీరచనములతో సుమంగళీభవ అని చెప్పితినని చెప్పగోరెదను.

వే. శివరామశాస్త్రి

వివరణ: శ్రీ శాస్త్రి గారు 17–03–1967 తేదీన స్వర్గస్తులైనారు.

బ్రహ్మశ్రీ చిలకమర్తి లక్ష్మీనరసింహం గారు

నేను 1910 సంవత్సరం డిశంబరు నెలలో రాజమహేంద్రవరంలోని హితకారణి హైస్కూలు (తరువాత వీరేశలింగం ట్రస్టు హైస్కూలు).. లో ఫస్టు ఫారంలో చేరి 1916 సంవత్సరం వరకూ చదివి స్కూలు ఫైనల్ ప్యాసైనాను. అటు తరువాత చెన్న పట్టణంలో ప్రెసిడెన్సీ కాలేజీలో 1916 సంవత్సరంలోనే 1920 వరకూ చదివి బి.ఎ ప్యాసై 1922 వ సంవత్సరం న్యాయవాదినై బెజవాడలో ప్రాక్టీసు చేశాను. రాజమండ్రీలో చదువుతున్నప్పుడు సెకండు ఫారంలో బ్రహ్మశ్రీ చిలకమర్తి లక్ష్మీనరసింహంగారి రాజస్తాన్ కథావళి పఠనీయ గ్రంథముగానుండేది. అది చదివిన తరువాత నాకు తెలుగు భాషలో అభిరుచి కలిగి వారి నవలలైన రామచంద్ర విజయం, హేమలత మొదలైన గ్రంథాలు చదివాను. రామచంద్ర విజయమును సంగ్రహముగా వ్రాసినందుకు మా గురువులలో ఉపాధ్యులైన చాగంటి సుబ్బారావు గారు నాకు భక్తచింతామణి అనే శతకమును బహుకరించారు. ఆ శతకమును బ్రహ్మశ్రీ వడ్డాది సుబ్బారాయుడుగారు రచించినది. అందులోని పద్యాలు నేను వల్లించాను. అప్పట్లో నా కంఠము చాల బాగుండేది. పద్యాలు శ్రావ్యంగా చదవటం నేర్చుకున్నాను. లక్ష్మీనరసింహంగారు రచించిన గయోపాఖ్యానంలోని పద్యాలు నేను కాపరం ఉన్న ఇంట్లో అంకరాజు రామారావు గారు రాగయుక్తంగా చదువుతూ ఉంటే ఆ రాగాలు నాకు పట్టుబడినవి. రాజమహేంద్రవరంలో ప్రతి వారం సాహిత్య సభలు జరిగేవి. అందులో లక్ష్మీనరసింహం గారు అధ్యక్షులుగానో, ప్రధాన వక్తగానో ఉండేవారు. వారి ఉపన్యాసాలు జనరంజకంగా ఉండేవి. ఆయన దేశభక్తుడు, సంఘసంస్కర్త, నీతి పరులు. ప్రతి సభలోను ముందుగా దైవ ప్రార్ధన ఉండేది. ఆ ప్రార్ధనలో భక్త చింతామణి ఐదు పద్యాలు నాచేత చదివించడం పరిపాటి అయిపోయినది. అప్పటి నుండి లక్ష్మీనరసింహం గారికి నా మీద చాలా దయ. అప్పుడప్పుడు వారు కాపరం ఉన్న రాయవరపు రామ్మూర్తి గారి ఇంటికి నేను వెళ్లేవాడిని. అక్కడకూడా వారు నా చేత పద్యములు చదివించేవారు. 1913 సంవత్సరాంతంలో నేను, మా అమ్మగారు బ్రహ్మశ్రీ వడ్డాది సుబ్బరాయుడు గారింట్లో ఒక భాగమును అద్దెకు పుచ్చుకుని కాపరం ఉండేవారం. సుబ్బారాయుడుగారు ప్రతి దినము రాత్రి భక్త చింతామణి పద్యాన్ని చదివించేవారు. ఆ పద్యాన్ని మర్నాడు నాకు చెప్పి చదవమనే వారు. మేము వెళ్లిపోయిన తరువాత సుబ్బారాయుడుగారు నేను రాజమంద్రికి రాగా భక్త చింతామణి కొత్త కూర్పు ప్రతి నాకు బహూకరించారు.

శ్రీ వద్దాది సుబ్బారావుగారి బావ మరిది అద్దంకి సత్యనారాయణ శర్మగారు నాలుగైదు ఫారాలతోనే చదువు చాలించుకున్నారు గాని చాలా ఉత్సాహవంతులైనందువల్ల సుబ్బారాయుడిగారి పుస్తకాలు, కొన్ని గ్రంథాలు చేర్చి 14-02-19011 వారి ఇంట్లో ఒక గదిలో వాణీవిలాస గ్రంథాలయమనే పేరుతో చిన్న గ్రంథాలయమును స్థాపించి నెలకు రెండు అణాలు చందా పెట్టారు. నేను కూడా ఒక సభ్యునిగా చేరాను. అటు తరువాత ఆ గ్రంథాలయాన్ని ఇన్నీసు పేటలోని (రేలి)వీధిలోకి మార్చి దానికి వసురాయలైబ్రరీ అని పేరు పెట్టారు. అప్పట్లో వీరేశలింగం గారి పేరున ఒక గ్రంథాలయం ఉండేది. దానికి నాళం కృష్ణారావు గారు కార్యదర్శి. (టంగుటూరి)శ్రీరాములుగారు వారిపైన పరువునష్టం కేసు పెట్టిన తరువాత విరోధాలు వచ్చి వారి పేరు తొలగించారు. ఆ గ్రంథాలయం అటు తరువాత గౌతమి గ్రంథాలయం అయింది. ఆ గ్రంథాలయంలో సభలు జరిగేవి. ప్రతి నెలా విజ్ఞాన వల్లరి అనే కరపత్రాన్ని ప్రకటించేవారు. వసురాయ లైబ్రరీ పక్షాన్న కూడా సుబోధిని అనే కరపత్రాన్ని ప్రకటిస్తూ సభలు జరిపేవారు. పండితులు, విద్వాంసులు ఉపన్యాసాలు చేసేవారు. సత్యనారయణగారు ఈ సభలను క్రమబద్ధము చేయుటకు ఆంధ్రభాషాభివర్ధిని సమాజమును శ్రీ చిలకమర్తి లక్ష్మీ నరసింహం గారి ఆధ్యక్షత క్రింద నొక సమాజమును స్థాపించారు. అందులో అడవి బాపిరాజు మొదలైన కాలేజీ విద్యార్ధులు, ట్రైనింగు కాలేజీలో బోధనాభ్యసనాలు పొందుతున్న ఉపాధ్యాయులు సభ్యులుగానుండేవారు. నేనుకూడా ఒక సభ్యుడను. దాని వార్షికోత్సవము ఆనంద సంవత్సరాదినాడు జరిగింది. 27-03-1914 తేదీన ఒక గ్రూపు ఫొటో తీయించారు. దాని ప్రతి ఇప్పటికీఉన్నది. బ్రహ్మశ్రీ చిలకమర్తి లక్ష్మీనరసింహం గారే గాక, శ్రీపాద కృష్ణమూర్తి గారు, వద్దాది సుబ్బారాయుడుగారు, చిలుకూరి వీరభద్ర రావుగారు, కాశీభట్ట బ్రహ్మయ్య శాస్త్రిగారు, వంగూరి సుబ్బారావుగారు మొదలైన వారు ప్రసంగించేవారు. ఆ సభలలో నేను కూడా ప్రసంగించాను. ఒకమారు ఈ కాలంలో బాల కవులు, చనుబాల కవులు చాలామంది బయలుదేరినారనేటప్పటికి వంగూరి సుబ్బారావు గారు చిరునవ్వుతో నన్ను ప్రశంసించారు. సభవారు తప్పట్లు కొట్టారు.

ఆ కాలంలో ఆ సమాజములలో ఆంధ్ర భాషకు సంస్కృత సంప్రదాయాలకు చరిత్రకు సంబంధించిన అనేక విషయాలను గూర్చి చర్చలు జరిగేవి.

ఆంధ్ర భాషాభి వర్ధని సమాజం సభ్యులు

ఆధ్యక్షులు బ్రహ్మశ్రీ చిలకమర్తి లక్ష్మీనరసింహంగారు, కార్యదర్శి శ్రీ అద్దంకి సత్యనారాయణ శర్మ గారు, సభ్యులు అడవి బాపిరాజు, గుడిపాటి సూర్యనారాయణ, ఈరంకి నరసింహం, దిగవల్లి వేంకట శివరావు, చాగంటి సత్యనారాయణ, మాదిరెడ్డి వీరభద్రరావు, సురపుడి కనకరాజు, చింతపెంట వెంకట రమణయ్య, బోడపాటి సత్యనారాయణ, కవికొండల వెంకటరావు, ఒక స్వురద్రూపి నాయుడు గారు. రాజమండ్రీలో ప్రసిద్ధి కుటుంబంవారు, పేరు జ్ఞాపకం లేదు. ఇంకా కొంతమంది ఉండేవారు.

Chronological Notes

1914 ఆగస్టు 4 తేదీన ఐరోపా మహా సంగ్రామము ప్రారంభమైనది

22-09-1914 Emden అనే జర్మనీ నౌక మద్రాసు పైన ఫిరంగులు పేల్చింది.

01-04-1914 చెన్నపట్నంలో ఆంధ్రపత్రిక దినపత్రికగా స్థాపించారు.

14-06-1914 లో లోకమాన్య తిలక్ ను చెరసాలనుండి పూనాకు తీసుకువచ్చారు.

14-11-1943 చిలకమర్తి గారికి కళాప్రపూర్ణ వచ్చినప్పుడు నాకు వ్రాసిన ఉత్తరం.

26-09-1944 శ్రీ చిలకమర్తి లక్ష్మీనరసింహంగారి స్వీయచరిత్రను అభ్యుదయ రచయితలు ప్రచురించినప్పుడు బెజవాడ వచ్చారు. డా. కొమర్రాజు అచ్చమాంబ[7] గారింట్లో బసచేసి నాకు కబురంపినారు.

నేను ఆవిష్కరణ సభకు వెళ్లాను. లక్ష్మీనరసింహం గారు మా ఇంట్లో భోజనం చేశారు.

17-06-1946 కాకరపర్రులో చనిపోయారు.

దైవ ప్రార్థన పద్యాలు – కీర్తనలు

---

(7) అసలు ప్రతిలో అచ్చమాంబ గారు అని వున్నది. డా కొమర్రాజు అచ్చమాంబ.

వడ్డాది సుబ్బారాయుడు గారు

వడ్డాది సుబ్బారాయుడుగారి భగవత్కీర్తనలు – 1911, 5 వ కూర్పు 300 ప్రతులు.

శ్రీ సుబ్బారాయుడుగారు రచించిన భగవత్ కీర్తనలు రాజమహేంద్రవరం ప్రార్థన సమాజంలో పాడేవారు. ఆ పాటలు నిర్గుణ పరబ్రహ్మమును గూర్చినవి. ఇంతేగాక బ్రహ్మసమాజ మత సిద్ధాంతాలకనుగుణమైన బ్రహ్మోపాసన పద్ధతికి అనుగుణముగా (1) ఉద్బోధనము (2) వందనాలు (3) సంతాపము (4) ప్రార్థనము (5) మంగళము అనే శీర్షికల క్రింద రచించబడినది.

ఆకాలంలో శ్రీ వీరేశలింగం గారికి రాజమహేంద్రవరంలోని తక్కిన కవులతో స్పర్ధలు, తగవులుండేవి. కాని సుబ్బారాయుడుగారా వాగ్వాదములకు దిగక అందరితోను సామరస్యంగా ఉన్నందువల్ల పంతులుగా రాయనపట్ల స్నేహంగానుండేవారు... భక్త చింతామణిలోని భగవత్కీర్తనలను తమ ప్రార్థన సమాజములో 1906 సంవత్సరంనుండీ ఉపయోగించేవారని నాకు బాగా జ్ఞాపకం. సుబ్బారాయుడుగారు వీరేశలింగంగారి వితంతు వివాహములను గూర్చిగానీ, సంఘ సంస్కరణమును గూర్చి గాని విన్నా విమర్శ చేసేవారు కారు. భగవత్ కీర్తనలలో చాలా పాటల పల్లవి అనుపల్లవి వరుసలు నాకు వచ్చును. కొన్ని పాటలు పూర్తిగా వచ్చును. 1912–13 సంవత్సరములలో నా మిత్రులు కొందరు నన్ను ప్రార్థన సమాజానికి తీసుకుని వెళ్లి ఆ పాటలు నా చేత పాడించేవారు. అప్పట్లో మా స్కూలులోని కొందరు ఉపాధ్యాయులు కూడా ప్రార్థనలలో పాల్గొనే వారు. రాజమహేంద్రవరంలో ఏ సభ జరిగినా దైవ ప్రార్థనయని భక్త చింతామణిలోని ఐదు పద్యాలు నాచేత చదివించేవారు. సాధారణంగా శ్రీ చిలకమర్తి లక్ష్మీనరసింహం గారే అధ్యక్షులుగానుండేవారు. అప్పుడప్పుడు ఇతరులు కూడా ఉండేవారు. రెండుమూడు పర్యాయాలు వీరేశలింగం పంతులు గారు అధ్యక్షత క్రింద జరిగిన సభలలో కూడా నేను దైవ ప్రార్థన పద్యాలు చదివాను.

మా నాన్నగారు

స్వరూపము: షుమారు 5'3" ఎత్తు. గుండ్రని ముఖము. తేజోవంతములైన కన్నులు. దబ్బపండు వంటి శరీర ఛాయ. స్పురద్రూపి. మంచి వర్చస్సి. మంచి కంఠస్వరము. అయితే సంగీత జ్ఞానములేదు.

స్వభావము: ధైర్యసాహసము, ఔదార్యము, వితరణము మొదలైన సద్గుణములు గలవారు. అలంకార ప్రియులు. మంచి విలువైన దుస్తులు, చెవులకు రవ్వల తమ్మెలు చేతి వ్రేళ్లకు నవరత్నముల ఉంగరములు, బంగారు వాచీ, గొలుసు. కాళ్లకు ఇంగ్లీషు జోళ్లు, ఇంట్లో బళ్లారి పాపోసులు తొడిగేవారు. సన్నని ఉప్పాడ జరీపంచలు. నల్లని మొహేయిర్ కోటు, గ్లాస్కో తలపాగా.

గంభీరుడు, ఉదారుడు, స్తోత్ర ప్రియుడు. ఆయన ఎన్ని ఒడుదుడుకులు కలిగినా చలించలేదు. బంధువుల పట్ల, స్నేహితుల పట్ల చాలా దయ, ప్రేమ కలవారు.

మా నాన్నగారు చాలామందికి దాన ధర్మాలు చేసేవారు. ఇంట్లో చాలామంది జనము ఉండేవారు. వంట బ్రాహ్మణుడు, దేవతార్చన బ్రాహ్మణుడు, వడ్డీమంగలి, చాకలి బంట్రోత్తులు కాక, నౌకర్లు, చౌకర్లు చాలామంది ఉండేవారు. మా తండ్రిగారు కాకినాడ ఉద్యోగం చేసినప్పుడే కాక ఇతర ఊళ్లలో ఉద్యోగం చేసినప్పుడు కూడా కాకినాడలోని పిత్రు గృహంలో భోజనాలు ఏర్పాటు చేస్తున్నందు వల్ల బంధు జనము ఉండేవారు. కొంత మంది చదువుకునేవారు. మా పెద్ద తండ్రిగారి భార్య పెద్ద సుందరమ్మగారు కాకినాడ ఇంట్లో ఒక భాగంలో ఉండేవారు. ఆమెకు మనోవృత్తి ఏర్పాటు చేశారు. మా నాన్నగారు ఉద్యోగం ఊళ్లో వంట బ్రాహ్మడు, నౌకర్లు వగైరాలు ఉండేవారు. మా అన్నయగారు ఇతర ఊర్లలో ఉద్యోగం చేసేటప్పుడు ఆయనకు తగిన సహాయం చేసేవారు.

మా తండ్రిగారు బీమేశ్వరాలయమునకు ధర్మకర్తయైనందువల్ల దేవుడు కల్యాణము ఉత్సవాలు స్వయంగా పీటలమీద కూర్చుండి మహా వైభవంగా చేయించేవారు. దేవుడు గుడికి కొత్త కట్టడాలు, మంటపాలు, వాహనముల కొట్లు, వగైరాల నిర్మాణాలకు చాలా సొమ్ము ఖర్చు చేసి ఉత్సవాలు జరిపించేవారు. నవ రాత్రులు చాల వైభవంగా జరిపేవారు. పండగలు పబ్బాలు కూడా భారీగా జరిపించేవారు. చాలా మందికి సంతర్పణలు చేసేవారు. కోటిపల్లి, అంతర్వేది వగైరా తీర్థములలో మకాము చేసి సంతర్పణలు చేసేవారు. బ్రాహ్మణులకు మృష్టాన్నంపెట్టి వారు వద్దు మొర్రో అనేదాకా వడ్డించమనేవారు. నాన్నగారికి పండితుల పైన చాల గౌరవము. వేద శాస్త్రములు చదివిన

వారిని బాగా సత్కరించేవారు. వినోదములపైన సరదా. తీరుబడిగా భామ కలాపములు, కూచిపూడి నాటకాలు, భోగం మేళాలు, పగటివేషాలు ఏర్పాటు చేసే వారు. పులివేషములపైన కూడా సరదా ఉండేది.

తూర్పు గోదావరి జిల్లాలోని దేవ స్థలాలకు వెళ్ళి అక్కడ అర్చనలు చేయించేవారు. మా నాన్నగారికి జ్యోతిష్యము పైన చాలా నమ్మకం. సనాతన ధర్మము పైన, పూర్వాచారాలపైన గౌరవం. చాలామంది వైదిక బృందము ఈయనను ఆశ్రయించేవారు.మానాన్నగారు ఏ ఊర్లో ఉద్యోగంచేస్తున్నా,మా పెదతండ్రి గారు ఇతర బంధు జనములు అక్కడకు వచ్చేవారు మా నాన్నగారు తరచుగా కాకినాడ వెళ్తూ ఉండేవారు. మా బంధువులలో, సామాన్యులే కాక సంపన్నులు,జమీందారీ కుటుంబంలో వారు ఉన్నందువల్ల, మా పెద్ద తండ్రిగారు పిఠాపురం దివానుగా ఉన్నందువలనూ,మా నాన్నగారు దర్జాలకు లోపంలేకుండా చాలా సొమ్ము ఖర్చు పెట్టేవారు. 1892 లో మా పెద్ద తండ్రిగారు చనిపోయిన తరువాత మా నాన్నగారు స్వతంత్రులు అయినారు. అంతట ముందు వెనకా ఆలోచించకుండా ఋణములు చేసి భూములు కొనడం ప్రారంభించారు. మా మాతామహుడు 1899 లో చనిపోయినందు వల్ల మా నాన్నగారికి అండ పోయినది.ఆర్థిక స్థితిలో మార్పు వచ్చినది. 1900 నుండీ ఋణములు పెరిగిపోయినవి. కుటుంబములో కొన్ని గృహచ్ఛిద్రములు బయలుదేరినందువల్ల మా నాన్నగారికి కొంచెం మనో వ్యధ కలిగినది. ఆయన పట్ల కొందరు బంధువులు కుట్రలు చేసి నష్టపరుపసాగిరి. ఉద్యోగంలో రెండు సంవత్సరాలు హెచ్చు వయస్సు వేసినందువల్ల 1–4–1903 తేదీన ఫించెను పుచ్చుకోవాల్సి వచ్చింది.

మా నాన్నగారికి సంస్కృతం రాకపోయినా సంస్కృత శ్లోకాలు పైన స్తోత్రాలు పైన చాలా ఆసక్తి ఉండేది.నోట్ బుక్ లో అనేక శ్లోకాలు తెలుగులో వ్రాసుకున్నారు. ఆయనకు మంత్రముల పైన, ...శాఖలవారి ....పైన ముఖ్యముగా శివ పూజకు సంబంధించిన మంత్రాలు పైన చాలా గౌరవం ఉండేది. ఆయన అనేక నామార్చనలు వ్రాసుకున్నారు. మా నాన్నగారికి భారత భాగవతాల పైన గౌరవం ఉండేది. పూర్వకాలంలో పెద్ద సైజుల కాగితాల పైన ముద్రించి పెద్ద బైండు చేసిన సంపుటాలు కొన్నారు.తరువాత చెన్నపట్నంలో నుంచి మంచి కాగితం పైన ముద్రించిన భాగవత సంపుటాలు మొదలైనవి కొన్నారు...... స్వాముల వారి టీకా తాత్పర్యాలు గల డెమీ సైజు భగవద్గీత కొన్నారు. అనిబిసెంట్ గారి ఇంగ్లీష్ తర్జుమా గల చిన్న భగవద్గీత పుస్తకాలు ఉండేవి.సి .పి.బ్రౌన్ ఇంగ్లీష్ తెలుగు నిఘంటువు ———-English Idioms, English Letter writing, పూర్వ కాలంలో ప్రసిద్ధి చెందిన Grifth దొరగారు ప్రకటించిన ఇంగ్లీష్ రామాయణం సంపుటాలు ఉండేవి.

కొవ్వూరులో గృహ నిర్మాణం చేసినందువల్ల కొంత ఋణమైనది. ముందుగా ప్రోనోట్లు, చేబదుళ్ళు , తర్వాత తాకట్టు పెట్టే వారు. తర్వాత బాకీదారుల ఒత్తిడి వల్ల ఆస్తి అమ్మడం ప్రారంభించారు. విలువగల నగలను మార్వాడిల దగ్గర కుదువ పెట్టేవారు. బాకీలపై అమిత వడ్డీలు ఇచ్చుకోవాల్సి వచ్చినప్పుడు వాటిని చివరకు అమ్మేవారు. కాకినాడ ఇంటిని అమ్మి అప్పులు కొన్ని తీర్చారు. అప్పులు మిగిలినవి. కాకినాడలోని వారు,ఇతరులు వారిపై వ్యాజ్యములు వేశారు. ఆయనను తల్లాప్రగడ చలపతి అనే దూరపు బంధువు సివిల్ కోర్టులో అరెస్టు చేయించాడు ఆయన కాకినాడ ఇంటినేగాక కొవ్వూరు ఇంటిని, ఇతరాస్తిని అన్యాక్రాంతం చేశారు. మా మాతామహుని ఆస్తి కూడా అడ్డ వేసుకున్నారు. కొన్ని భూములు అమ్మారు. కొన్నిటిని తాకట్టు పెట్టారు. ఆస్తి అంతా అమ్మినా చివరకి ఇంకా మూడు నాలుగు వేలు రూపాయలు అప్పులు మిగిలినవి. మా నాన్నగారు కాకినాడ లోనే అద్దె ఇంట్లో ఉంటూ కాలక్షేపం చేయవలసి వచ్చినది. మా అక్క గారి వివాహం చేయాలని సంబంధాలు వెదక సాగినారు.వాళ్ళేవు జమిందారీ సంబంధం కోసం కొంత సొమ్మును ర్యాలీ సోమసుందరం గారికి ఇచ్చి మోసపోయారు. చివరకు మా బావ గారైన బొడ్డపాటి పూర్ణయ్య గారికి మొదటి భార్య పోయి 35 సంవత్సరములు వయసు ఉండగా మా అక్కయ్య గారిని ఇవ్వటానికి నిశ్చయించారు. ఈ వివాహం చెడగొట్టాలని కొందరు దుష్ట ప్రయత్నం చేసి ఆకాశరామన్న ఉత్తరాలు వ్రాశారు. అదృష్టంవల్ల మా బావగారు మా కుటుంబం గౌరవాన్ని గుర్చి తెలుసుకొని చలించలేదు. వివాహం జరిగింది.

మా నాన్న గారు తమ ఆస్తి అంతా పోయినందువల్ల తనకు ధన లాభం కలుగుతుందని జ్యోతిష్కులు చెప్పే మాటలు విశ్వసించి పూజలు,పునస్కారాలు చేయించేవారు. ఒక సిద్ధాంతి ఒక సాహెబుతో కుట్ర చేసి మా నాన్నగారితో మీకు ఒక సాహెబూ ద్వారా నిధి లభిస్తుందని నమ్మించాడు. అప్పుడప్పుడు పసుపు పూసిన తాటియాకుల పైన ఘంటంతో వ్రాసిన శుభలేఖలను ఇంట్లో పడేసి ధనాశ కలిపించాడు. మోసపోయి డబ్బులు ఇవ్వడం ప్రారంభించారు.అతడు మేము కాపురము ఉన్న ఇంటిలో ఒక గదిలో గోయి తవ్వి ధూపములు వేస్తూ తుదకొక సీనారేకును పాము పడగలాగ తెలివిగ చేసి దానిని గోతిలో పాతి దానికి ధూపము వేసి మోసగించాడు. సాహెబు మొహం తప్పించాడు. మా అమ్మగారు ధైర్యముచేసి 3–10–1907 తేదీన గోతిలోని సీనారేకు సర్పం పడగను బయటకు తీసివేసినారు.

మా నాన్న గారికి ఆశాభంగం కలిగింది. కొంత మనో వ్యాధి కలిగినది. ఇంటి ఖర్చులకు అప్పుడప్పుడు మార్వాడి దగ్గర తాకట్టు పెట్టి అమూల్యమైన నగలను ఫాయిదాల కింద అమ్మివేశారు.

మా బావగారు అంత క్రితం నుండి తాము ఉద్యోగం చేస్తూ ఉన్న కాలికట్టుకు రమ్మని మమ్మల్ని ఆహ్వానిస్తూ ఉత్తరాలు వ్రాస్తు ఉన్నందువల్ల. మా నాన్నగారు అద్దె ఇల్లు ఖాళీ చేసి కాలికట్టుకు ప్రయాణం కట్టారు.దారిలో చెన్నపట్నంలో కొన్ని రోజులుండి29–12–1907 కాలికట్టు చేరాము. అక్కడ మా నాన్నగారికి జబ్బు చేసినది. మందు పుచ్చుకుంటూ కొన్నాళ్లు గడిపారు.27–4–1908చెన్నపట్నమునకు తిరిగివచ్చాము. మా అన్నగారు మమ్ములను కొవ్వూరు తీసుకొని వచ్చారు.28 –5–1908 తేదీన మా నాన్నగారు కొవ్వూరులో స్వగృహంలో చనిపోయారు.

నా జ్ఞాపకాలు:

1. మా నాన్నగారి దగ్గర ఎవరికీ చనువు లేదు.నేను కడసారి కుమారుడనని నాకు మాత్రం చనువు ఇచ్చేవారు. నన్ను మా అక్కయ్యను సర్కస్ కు తీసుకువెళ్లారు. మా ఇంట్లో వారందరికీ నాన్నగారిని చూస్తే భయం. మా మేనత్త గారు మాత్రం వారితో ధారాళంగా మాట్లాడే వారు. మా అన్నయ్య గారికి కూడా ఆయన దగ్గర చనువు లేదు. మా నాన్న గారి చుట్టూ వైదిక బృదం చేరి స్తోత్ర పారాయణం చేసి ఆయన వల్ల దక్షిణలు పుచ్చుకుంటూ విందు భోజనాలు చేస్తూ ఉండడం నాకు బాగా జ్ఞాపకం. కాకినాడలో నా చిన్నతనం నాటి సంగతులు జ్ఞాపకం లేవు కానీ, కొవ్వూరులో నాన్నగారు మెజిస్టేటుగా ఉండగా ఒకసారి నేను అక్కడ తాలూకా కచేరీకి వెళ్లగా అక్కడి గుమాస్తా, నౌకర్లు నన్ను ఆయన సీట్లో కూర్చుండ బెట్టారు.

2. కొవ్వూరులో ఆచంట నాగరాజు గారి స్కూలు లో మా అక్కయ్య సీతా సుందరి చదివేది. నాగరాజు గారి కొడుకు కూడా అక్కడ చదివేవాడు. అప్పట్లో అడవి బాపిరాజు నాన్నగారు తాలూకా కచేరీలో షరాబుగా పనిచేసేవారట. బాపిరాజు మాతో ఆడుకునే వాడనని చెప్పాడు.

   మా నాన్నగారు 1–4–1903 తేదీన పించను పుచ్చుకున్నరు. కొవ్వూరు ఇంట్లో 20–04–1903 తేదీన గృహప్రవేశమైనది. రెండేళ్లు ఆ ఇంట్లో ఉండడం నాకు బాగా జ్ఞాపకం ఉంది.

3. మా నాన్నగారు మేము చెన్నపట్నంలో పార్కుకు వెళ్లడము, కాలికట్టులో సముద్ర స్నానము చేయడము, షికారుకెళ్లడము , మలయాళ భగవతిని దర్శించడము జ్ఞాపకమున్నది. తిరిగి వచ్చేటప్పుడు చెన్నపట్నంలో క్రొత్తపల్లి పద్మనాభ శాస్త్రి గారింట్లో ఉండగా మా నాన్న గారికి జబ్బు ఎక్కువైనది. మా అన్నయ్య గారు కొవ్వూరునుండి వచ్చి కొవ్వూరుకు వెళ్లాము.

కొవ్వూరులోనుండగా నాన్నగారికి అన్న హితవు పోవడము, ఒకనాటి రాత్రి ఆకస్మికముగా మంచం మీద నుంచి క్రిందకి పడిపోయి మరణించటము జ్ఞాపకమున్నది.

4. మా నాన్నగారు చేసిన ఋణాలు మీ మీద పడతాయని నా బంధువులు కొందరు మా వదిన గారి తో చెప్పడము, ఆమె మా అన్నయ్య గారికి చెప్పిన మీదట ఆలోచించి ఒక సంవత్సరం క్రిందటనే వివాహమైన మా బావ గారైన బొడ్డపాటి పూర్ణయ్య గారికి తెలిగ్రాము ఇవ్వగా వారు వచ్చి మమ్ములను కాలికట్టు తీసుకుని వెళ్లారు. ఆరునెలలు కాలం తమవద్ద ఉంచుకున్నారు.

ఒకమాటు కాకినాడ వచ్చి మళ్ళీ కాలికట్టు వెళ్లాము. అక్కడ ఒక ఆంగ్లో–ఇండియన్ ను నాకు ట్యూటర్ గా నియమించారు ఆయన పేరు Macaddon అని జ్ఞాపకం .

5. కాలికట్టులో నేటివ్ హైస్కూల్ లో చేరాను హెడ్మాస్టర్ గారు గణపతి రావు గారు చాలా మంచివారు. తర్వాత ఆ పాఠశాలకు ఆయన పేరు పెట్టారట. అక్కడి భాష మలయాళం. ఇంతలో మా బావగారికి బెంగళూరు ట్రాన్స్ఫర్ అయినది అక్కడ R B A N M స్కూల్లో చేరాను. ఒకటి రెండు నెలల్లో మా బావగారికి మళ్ళా సేలం ట్రాన్స్ఫర్ అయినది. ఇంక నాతో ఉంటే మీ అబ్బాయికి చదువు రాదు మీరు రాజమండ్రి లోనో కొవ్వూరులోనో చదువు చెప్పించుకోండని ఆయన చెప్పగా అమ్మగారు నన్ను రాజమండ్రిలో హితకారిణి స్కూలులో చేర్చినారు. ఇది 1–12–1910 తేదీన జరిగినది. ఆ సంవత్సరం మూడవ తరంలో నేను ఫస్ట్ ఫారం ప్యాసైనాను.

6. ఈ లోపుగా కొందరి ప్రోత్సాహం వల్ల కాకినాడ బాకీదారులు డిక్రీలు పొంది మా మాతామహుని భూములు కబ్జా చేశారు. అంతట మా అమ్మగారు కోర్టు వ్యవహారాల కోసం కాకినాడకు వచ్చి కొంతకాలం కొవ్వూరులోను, కాకినాడలోను, రాజమండ్రిలోను ఉండటం జరిగినది. 1909 లో మా నాన్నగారి సంవత్సరీకమునకు బందరు వెళ్లినాము గాని మా అన్నయ్య గారు ఇతరుల మాటలు విని మా అమ్మగారిపైన ఆగ్రహించినందు వల్ల, అక్కడ ఉండక రాజమండ్రి వెళ్లి కోటిలింగాలలో సంవత్సరీకం జరిపించినారు. ఆ సమయంలో మా అన్నయ్య గారి ఉపేక్ష వల్ల మాకు చాలా కష్ట నష్టాలు జరిగినవి. ఇది మా దురదృష్టము. వారు తరువాత చాల పశ్చాతాప పడ్డారు.

7. నేను 1910 డిసెంబర్ 1వ తేదీ నుండి 16 వరకు రాజమండ్రిలో హితకారిణీ స్కూలు అనీ ఆటు తరువాత వీరేశలింగం హైస్కూల్ అని పేరు గల పాఠశాలలోనే చదివి 1916 మార్చి నెలలో ఎస్ ఎస్ ఎల్ సి ప్యాసైనాను. ఆ సంవత్సరమే eligibility

list వచ్చినది. మా బావగారు చెన్నపట్నంలో ఉండటంవల్ల నేను అక్కడ ఇంటర్మీడియట్ చదవాలనుకున్నాను. కానీ ప్రెసిడెన్సీ కాలేజీలో సీటు రానందువల్ల రాజమండ్రి డిగ్రీ కాలేజీలో చేరాను. అప్పుడు O.J. Couldrey ప్రిన్సిపాల్ కు ప్రెసిడెన్సీ కాలేజీకి ట్రాన్స్ఫర్ అయినది అయితే ఆయన దానిని రద్దు చేయించుకున్నాడు. ఆ నెలాఖరుకు నాకు ప్రెసిడెన్సీ కాలేజీలో సీటు రాగానే నేను అక్కడికి వెళ్లి ఇంటర్మీడియట్ లో చేరినాను. నాకు 1912 ఏప్రిల్ లో ఉపనయనం జరిగింది. మా అన్నయ్య గారు రాలేదు. మా బావ గారే నాకు ఉపనయనము చేశారు.

8. మా అన్నయ్య గారి పెద్ద కుమారుడు వెంకటరత్నం వివాహం హైదరాబాద్ లో 31-12-1917 తేదీన జరిగినప్పుడు మా అన్నయ్య గారు మా బావ గారిని అక్క గారిని ఆహ్వానించి నన్ను కూడా తీసుకు రమ్మన్నందువల్ల నేను కూడా వెళ్లడం జరిగింది. తరువాత 1919 జూలై నెలలో నేను విక్టోరియా హాస్టలులో ఉండి బి.ఎ చదువుతుండగా మా అన్నయ్య గారి కుమారుడు, వెంకటరత్నం బి.ఎ లిటరేచర్ ఆనర్స్ ప్రెసిడెంసీ కాలేజీలో చేరి విక్టోరియ హాస్టలులో నా గదిలోనా అసోసియేట్ గా ప్రవేశించినాడు.

అప్పుడు ఒక మారు మాఅన్నయ్యగారు అక్కడకు వచ్చి మాతో ఉన్నారు. 1920 మార్చి లో నేను బి ఎ పరీక్షకు, రత్నం [8] ప్రిలిమినరీ పరీక్షకు వెళ్ళానాము. ప్యాసైనాము. నేను లాకాలేజీలో చేరినాను.అటు తర్వాత మా అన్నగారి రెండవ కుమారుడు సుబ్బారావు[9]వివాహం తెనాలిలో జరిగినప్పుడు నేను కూడా వెళ్లాను.

9. నా వివాహం 20-05-1920 వ తేదీనవిశాఖపట్నంలో జరుగగా మా అన్నయ్య గారు వదినగారు కుటుంబంతో వచ్చారు. వారి ఎస్టేటు గుమాస్తా, జవాను కూడా వచ్చారు. అప్పటి నుండి వారు నా పట్ల చాల దయగానూ ప్రేమగాను ఉంటూ వచ్చినారు.

---

(8) Digavalli Venkata Ratnam M.A. B.L (1899–1966) Advocate, Eluru.Practiced in Madras from the Chambers of Alladi Krishnaswami Iyer.

(9) Dr. Digavalli Subba Rao MBBS (1901–1956) Former Director of PublicHealth, Composite Madras State.

10. మా అన్నయ్య గారు కొవ్వూరు నుండి వెళ్లి బందరులో తాసిల్దార్ గా ఉండి తర్వాత ఉయ్యూరు జమీందారు మైనారిటీలో Court of Wards Manager గా ఉండి దివానైనారు. చాలా నీతి పరుడని, మంచివాడని ధర్మాత్ముడని పేరు పొందినవారు. మా దురదృష్టము వల్లనే మా మీద దయ లేకపోయినది. ఆ కాలంలో నాకు ఏ సహాయం చేయలేక పోయితినని ఆయన తర్వాత చనిపోయేవరకు పశ్చాత్తాపపడేవారు. ఈ సంగతి నాకు బాగా రూఢి అయినది. నామీద సత్యాగ్రహం కేసు వచ్చినప్పుడు 1930 లో జైలుకు వెళతానని భయపడి నన్ను కౌగలించుకుని ఏడ్చినారు.

11. మా అన్న కుమారుడు వెంకటరత్నం కూడా నా పట్ల చాలా ప్రేమ కలిగి ఉండేవాడు.నాతో విక్టోరియా హాస్టల్ లో ఒక గదిలోనే ఉన్నాడు. అతడు మద్రాసులో ప్రాక్టీసుకి వెళ్ళాడు. ప్రతి విషయం నాతో ఆలోచించేవాడు. మా ఇంట్లో కార్యాలకు వచ్చేవాడు. నా వారసత్వ దావాలో నాకు చాలా సహాయం చేశాడు. తర్వాత మా అన్నయ్య గారి పెద్ద కుమార్తె అతని కుర్రవానిని దత్తు చేసుకున్నది. అతని ఇంట్లోనే ఉన్నది. చిన్నప్పుడు మా నాన్నగారి దగ్గర, మా అమ్మగారి దగ్గర చాల చనువు. ఆమె భర్త తల్లాప్రగడ భాస్కర తిమ్మరాజు. ఆమె భర్త చిన్నతనంలోనే మరణించాడు. కొంతకాలానికి తల్లప్రగడ వారి ఆస్తి ఆమెకు స్వాధీన పడినది. ఆమె నా చదువుకు సహాయం చేస్తాని మా అమ్మతో అనేదట అది జరుగలేదు.

తర్వాత 1948లోమా పెద్దమ్మాయి వివాహానికి 5000 రూపాయలు పంపినది. మా రెండవ కుమార్తె వివాహానిక్కూడా అలాగే జరిగింది. 10–07–1957 ఆమె చనిపోయెటప్పుడు మా రత్నంతో బుల్లి బాబు మూడవ కుమార్తె వివాహంకు ఆరువేల రూపాయలివ్వమని చెప్పినదట. నేను ఆమె చనిపోయిన 10వ రోజున ఏలూరులో ఉండగా రత్నం, భార్య ఈ సంగతి నాకు చెప్పినారు. నాకు ఆశ్చర్యం కలిగించింది. నాకు అంతగా ఇష్టం లేకపోయినా వారందరికీ నాకు సహాయం చేయాలని కోరిక కలిగినందుకు సంతోషించి దానిని పుచ్చుకోడానికి అంగీకరించినాను 22–06–1958 మా వదినగారి చేతుల మీదుగా ఇప్పించినారు.

రాజమహేంద్రవరం

12. నేను 1-12-1910 తేదీన రాజమహేంద్రవరంలో హితకారిణి హైస్కూలులో చేరేటప్పటికి రాజమహేంద్రవరం గోదావరి పైన బ్రిడ్జి దాకా ఇప్పుడున్న పోత గట్టు రోడ్డు లేదు. గుండు వారి రేవు, ఇసుక వీధి రేవు, కంభం వారి సత్రంరేవు మొదలైనవి గోదావరిలోకి ఉండేవి. అక్కడ మెట్లు ఉండేవి. ఇన్నీసు పేట వైపున సుద్ద కొండ అనే చిన్న చిన్న గుట్టలు ఉండేవి. వాటిని ఆనుకుని పోత గట్టు వుండేది. ఆర్ట్స్ కాలేజిని అనుకొని ఉన్న హాస్టలు వెనక ప్రక్క నుండి గూడ్సు బండి రైలు లైను మద్ది కొండల వైపునకు పోయేది. ఆ కొండల దగ్గరనే పడవల రేవు ఉండేది. గోదావరి స్టేషన్ నుంచి రాజమండ్రి పెద్ద స్టేషన్ దాకా మెయిన్ రోడ్డు. అక్కడ నుండి ధవళేశ్వరం వరకు రోడ్డు ఇప్పటిలాగనే ఉండేది. నాళం వారి సత్రం ముందు ఖాళీ స్థలము, తాలూకా కచేరి ముందు ఖాళీ స్థలమూ వెనుక కొన్ని వీధలుండేవి. అక్కడ ఇండ్లుండేవి. కాలేజి దాటిన తరువాత పెద్ద స్టేషన్ వరకు ఇండ్లు చాలా తక్కువ. మెర్వాన్జీ మానక్జీ షాపు అనే పారసీ షాపు ఉండేది.

13. ట్రైనింగు కాలేజీని ఆనుకొని మెయిన్ రోడ్డు వరకు ఇండ్లు వీధులలో వరుసగా ఉండేవి. కానీ ఆ కాలేజి వెనుక మంగళవారం పేట నుంచి మళ్ళీ గోదావరి స్టేషనుకు కోటగుమ్మానికి కొంత దూరంలో పోలీసు మైదానానికి వెనుక ప్రక్కకు పోయే రోడ్డు కూడా మెయిన్ రోడ్డుకు సమాంతరంగా పోయేది. చామాలమ్మ గుడి దగ్గర చాలా పూరి, తాటాకు పాకలు కొన్ని పెంకుటి ఇళ్లు ఉండేవి. అక్కడ సారా దుకాణము, ఇతర దుకాణాలు కూడా ఉండేవి.

14. సుద్దకొండల ప్రక్కనుంచి కాలేజి వైపున పోయే "పోతగట్టు" అని ఒక గట్టును గోదావరి వరదలు ఇన్నీసుపేట లోనికి రాకుండా ఉండటానికి అదివరకే వేశారు. దానినానుకుని కనపర్తి శ్రీరాములుగారు కొన్న మేడ వెనుక స్థలం ఉండేది. శ్రీరాములు గారి సింహద్వారం వెనుక వీధి ఉండేది. వారి ఇంటికి ఆనుకుని ఉన్న ముందు వీధిలో పత్రి వారి ఇల్లు ఉండేది. అజ్జరపువారి ఇల్లు, కొట్లు దాని దగ్గర వీధులలో ఉండేవి. నేను, కనపర్తి సుందరరావు, పత్రి శేషగిరిరావు ఆడుకునే వాళ్లం. సుందర రావు శ్రీరాములు గారి కుమారుడు. ఉల్లి తోట వీధిలో గుమ్మడిదలమనోహరం పంతులు గారి ఇల్లు ఉండేది. ఆయన పోలీసు శాఖలో ఉద్యోగం చేసినట్లు జ్ఞాపకం. చిన్నస్వామి గారి ఇంటి వీధిలో నెప్పల్లి వారి ఇంట్లో

మేము కొన్ని సంవత్సరాలు కాపురం ఉన్నాము. ఆ తర్వాత ట్రైనింగు కాలేజీ సందులో వడ్డాది సుబ్బారాయుడు గారింట్లో 2 సంవత్సరాలు కాపురం ఉన్నాం. రాజమహేంద్రవరం దగ్గర గోదావరి మూడు మైళ్లు వెడల్పు ఉంటుంది. సూర్యోదయము, సూర్యాస్తమయం గోదావరిలో ఆకర్షణీయంగా ఉంటుంది. గోదావరి వరదలలో కూడా నిర్భయంగా ప్రయాణం చేయడానికి డరోతి అనే పెద్ద స్టీమరు, హెలెన్ లనే చిన్న స్టీమరు ఉండేవి. గోదావరి గట్టున కూచ్చుంటే గంటల కొద్ది నదిని చూస్తు ఆనందించవచ్చు. గోదావరి వరదలలో ఆ నది పరవళ్లు తొక్కుతు ప్రవహిస్తుంది.

రాజమహేంద్రవరం చిరకాలంనుండి ఆంధ్రదేశ సంస్కృతీ కేంద్రంగా ఉంటూ ఉన్నది.[10] 1910 లో నేను హితకారిణి స్కూలులో చేరేనాటికి ఆ బడి ఇన్నీసు పేటలో ఒక పెంకుటి ఇంటిలో ఉండేది.

చాలా క్లాసులుంటున్నందు వల్ల ఆ ఇంటి ఆవరణలోనే పాకలు వేసి మా తరగతిని కూడా అందులో ఉంచారు. ఆ పాఠశాలలో మాల మాదిగలు, ఆడపిల్లలు కూడా చదువుకునేవారు. తక్కిన స్కూలు పిల్లలు మా బడిని పాకల స్కూలనీ, చిత్తకార్తి స్కూలు అనీ ఎగతాళి చేసేవారు. ఆ కాలములో మా పాఠశాలలో మంచి ఉపాధ్యాయులుండేవారు. కుందూరి వెంకట రత్నం గారు. పులవర్తి రామమూర్తి గారు, రామాప్రగడ వెంక్రటామయ్య గారు క్రింది తరగతులకు ఉపాధ్యాయులు. జయంతి గంగన్న గారు ఆచంట రంగయ్య గారు మొదలైన వారు ఉపాధ్యాయులు[11]. ముడియం సీతారామారావు గారు పై తరగతుల ఉపాధ్యాయులు. మా పాఠశాలలో ఒక ముదుసలి తెలుగు పండితుడు ఉండేవాడు. ఆయనతోపాటు ఆమండి వ్యాసలింగ శాస్త్రి గారు కూడా తెలుగు పండితులు. మా పాఠశాలలో అటు తరువాత జోశ్యుల సాంబశివరావుగారు, చాగంటి సుబ్బారావుగారు, ఆచంట చంద్రయ్య గారు ప్రయాగ వెంక్రటామ శాస్త్రిగారు ఉపాధ్యాయులుగా వచ్చారు. మా పాఠశాలలో వేలాల రామదాసు గారు, వెన్నేటి

---

(10) 1907సం.బిపిన్‌చంద్రపాల్ ఇచ్చిన ఉపన్యాసంఇచ్చేటప్పటికి వందేమాతరం ఉద్యమం ప్రజ్వలించింది.దాని ప్రభావం బహుముఖాలుగా వ్యాపించింది. ...వందేమాతరం. మేము స్కూలులో చేరేటప్పటికి దాని ప్రభావం..........సర్వత్ర కనబడుతు ఉండేది.

(11) వీరేశలింగం గారి భార్య 1910 సం లో పోయినది. వీరేశలింగం గారికి 1911–14 సం మధ్య మంగమ్మ అనే ఆమె సహాయం చేసేది. ఆమె భర్త మా డ్రిల్లు మాస్టరు. దీనిని గురించి అనేక పుకారులు బయలు దేరినవి (చిలకమర్తి స్వీయచరిత్ర పుట 309– 313). కం.వి.స్వీ చపుటలు 237–239 రాజేశ్వరి కథ చిలకమర్తి స్వీచ 205).

సత్యనారాయణగారు కూడా ఉపాధ్యాయులుగా నున్నారు. పిఠాపురం రాజా గారు ఇచ్చిన విరాళంతోఇన్నీసు పేటనానుకొనిరైలులైనుకు మధ్య ఒక పెద్ద నివేశన స్థలంలో గొప్ప భవనమునునిర్మించారు.

కలకత్తా కాలేజీ ప్రిన్సిపాల్ హేరంభ చంద్ర మిత్రా గారు 27–11–1911 వ తేదీన తెరిచారు. పిఠాపురం రాజా గారి కోరిక పైన మా పాఠశాలకు వీరేశలింగం ఆస్తిక పాఠశాల అని పేరు పెట్టారు. మా హైస్కూల్ హెడ్ మాస్టర్ ముడియం సీతారామా రావు గారు. ఆయన చాల సొమ్ములు. భౌతిక భూగోళ శాస్త్రమును గూర్చి ఒక పుస్తకం కూడా వ్రాశారు.మా స్కూల్లో తర్వాత వెన్నేటి రామచంద్ర రావు గారు, గజవల్లి రామచంద్ర రావు ఎం.ఎగారు, స్కూల్ ఫైనల్ క్లాసుకుఉపాధ్యాయులుగా వచ్చారు. యల్లాప్రగడ పురుషోత్తం గారు బి.ఎ కూడా ఉపాధ్యాయులు అయినారు.

వీరందరూ చాలా సమర్థులు. వారు చక్కగా విద్యాబోధన చేసేవారు.కోరుకొండ లింగమూర్తి గారు బి ఎ., ఎల్ టి ప్యాసైన వారు గణితము బోధించేవారు. ఆయన చాలా తెలివైన వారు మంచి వారు. తర్వాత అనకాపల్లి మున్సిపల్ చైర్మనుగాపని చేశారు. అక్కడ వ్యాపారం చేసే ప్రముఖులై చాలా ధనం ఆర్జించి ధర్మకార్యాలు చేశారు. వారి పేరిట కొన్ని సంస్థలు ఉన్నాయి వీరేశలింగం పంతులుగారు కొత్త భవనం నిర్మించి చాలా శ్రద్ధతో అన్ని వ్యవహారాలు స్వయంగా పరిశీలించారు. ఒకమారు కొత్త భవనాల గోడ మీద ఎవరో చిలిపి కుర్రాడు మసి బొగ్గుతో భూతుమాట వ్రాయగావీరేశలింగం గారు ఆగ్రహించి స్కూలులోని అన్ని తరగతుల విద్యార్థులను ఆ గోడకెదురుగా బారులు తీర్చి నిలువబెట్టి అటువంటి తుచ్చపు పని చేయడాని గురించి గర్జించి "మీరు మనష్యులకు పుట్టినారా పశువులకు పుట్టినారా" అని తూలనాడి చాలా సేపు ఉపన్యసించారు.

ఆ గోడమీద పాకీవాని చేత శుభ్రముగా చీపురుతో గోకించి కడిగించడం పూర్తి అయ్యేవరకు మేమందరము అక్కడ నిలువబడి వీరేశలింగం గారి తిట్లు తిన్నాము..

మేము చదువుకునే కాలంలో రాజేశ్వరి అనే యువతి 5వ ఫారము స్కూలు ఫైనలు చదువుకునేది. ఆమె అందెకత్తె. ఆమె వితంతువై 1902 లో పునర్వివాహము చేసుకుంది. ఒకనాడొక పిల్లవాడు ఆమె ఫౌంటెన్ కలము అపహరించాడు..

వల్లభేశ్వర రావు అనే అతడు తీసుకున్నాడని మేము అనుమానించాము. దీనిని గురించి అల్లరి జరిగినది కుందూరి వెంకటరత్న పంతులుగారి కుమారుడు ఈశ్వరదత్తు నల్లగా సన్నంగానుండేవాడు. అతడు చాలా తెలివైనవాడని పేరు. కొంచం అల్లరి చేసేవాడు. కోతలు కోసే వాడు. ఆ సంవత్సరం స్కూలు ఫైనలు పరీక్షలో ఉత్తీర్ణుడు కాలేదు. అంతట వెంకటరత్నం గారు మా వాడు రాజధానిలో తప్పిపోయినాడని. విద్యార్థులందరిలో ఉత్తమ స్థానమును పొందిన వాడని చెప్పి సంతోషించారు. ఈ దత్తు

తరువాత ఆంధ్రా యూనివర్సిటీలో గుమాస్తాగాచేసి, ప్రకాశం గారి స్వరాజ్య పత్రికలో ఒక సబుఎడిటరుగా పనిచేసి అలహాబాదు వెళ్ళి చింతామణి గారిన్నాశ్రయించి సర్ తేజ్ బహదూరు సాప్రూ గారికి ప్రీతిపాత్రుడై Twentieth Century అనేమాస పత్రికకు సంపాదకుడైనాడు.

అటు తరువాత వెళ్ళి సర్ మీర్జా ఇస్మెయిల్ గారి న్నాశ్రయించి హైదరాబాదులో Publicity Office లో ఉద్యోగం చేశాడు.తరువాత ఢిల్లీలో ప్రముఖ పత్రికాధిపతియై నెహ్రూ గారి గౌరవానికి కూడా పాత్రుడయ్యాడు. పార్లమెంటు విశేషాలను రేడియోలో చెప్పే వాడు. అతడు మొదటి నుండి కాంగ్రెస్ మితవాదుల న్నాశ్రయించిన వాడైనందున కాంగ్రెస్సు చరిత్రని రచించటానికి నియమించారు.

రాజేశ్వరి వితంతువు. ఆమెను భట్టిప్రోలు శరభయ్య గారు అనేఆయన 1902లోవివాహం చేసుకున్నారు.అయితే వారి దాంపత్యం సుఖప్రదం కాలేదు.రాజేశ్వరివల్ల ఆయన సుఖపడలేదు. అతడు విరక్తుడై తుదకు హైదరాబాదులో మహమ్మదీయ మతం పుచ్చుకొన్నాడు. రాజేశ్వరి రాజమండ్రి లోనూ కాకినాడ లోనూ ఉద్యోగం చేస్తూ జీవనం గడిపినది.ఆ కాలంలో రాజమహేంద్రవరంలో దేశమాత అనే పత్రికను చిలకమర్తి లక్ష్మీనరసింహముగారు నడిపేవారు(12).

అది 1910 జనవరిలో స్థాపించబడినది అందులో సహోద్యోగులతో అనే శీర్షిక క్రింద రాజమహేంద్రవరంలోనూ, తెలుగు దేశంలోనూనీతి ధర్మాలను, సాంఘికాచారాలకు సంభం దించిన విషయాలను విమర్శించేవారు. ఇందులో నయమైన హాస్యంఉండేది. నిశితమైన విమర్శ ఉండేది. ఊరిలో జరిగే విద్దూరములను గురించి వ్రాస్తూ ఉండేవారు.ఆనాటి కవులు, గాయకులు, సంఘసంస్కర్తలు, మున్సిపల్ కౌన్సిలర్లు, పుర ప్రముఖులు వీరు వారనండం ఎందుకూ, చిన్న వాళ్ళ నుంచి, పెద్ద వాళ్ళ దాకా చిలకమర్తివారి నిశిత విమర్శకు గురియ్యేవారు. ఆయన వ్రాసే విషయాలు ఒక్కొక్కప్పుడు ఒక్కొక్కరికి సంబంధించిన వైనా పలువురు తమ భుజాలు తడిమి చూసుకునేటట్లుండేవి. చక్కని ప్రహసనాలు వ్రాసేవారు, చిలకమర్తివారి విమర్శనలకు లోనైనవారు కొందరు ఆయనను, ఆయన గౌరవించే బ్రహ్మ సమాజ సంఘ సంస్కర్తలను, తుదకు వారికి గురుతుల్యులైన వీరేశలింగం గారిని నిందిస్తూ ప్రహసనాలు, వ్యాసాలు ఇతర పత్రికలలోనూ, విడిగా చిన్న పుస్తకాల రూపంలోనూ ప్రకటించేవారు. దీనివల్ల ప్రతి వారము ఏదో విషయాన్ని గుర్చి

---

(12) రాజమహేంద్రవరంలో 1906లోనే ఆంధ్రకేసరి అనే వారపత్రిక స్థాపించబడినది దానికి చిలుకూరి వీరభద్రరావుగారు సంపాదకులు సత్యవోలు గున్నేశ్వరరావు గారు దానికి యజమాని

పురుషులు స్త్రీలు కూడా విరగబడి చెప్పుకుంటూ ఉండేవారు.ఈ విధంగా పత్రికల ద్వారా సాహిత్య విమర్శ సాంఘిక విమర్శ మత ధర్మముల విమర్శజరిగి ప్రజలులో విజ్ఞాన వికాసం జరిగెది.

శ్రీపాద కృష్ణమూర్తి శాస్త్రి గారు పండితులు కవులు. లోకమాన్య తిలక్ ను గూర్చిన నాటకము రచించారు. అందులో మంచి దేశభక్తి భావమున్నది. దానిని ప్రభుత్వం వారు నిషేధించారు. వారు అప్పటికే బొబ్బిలి యుద్ధం నాటకం మొదలైన గ్రంథాలు వ్రాశారు. ఆయన సుపరద్రూపి, ఆజానుబాహుడు. తెల్లని ఉప్పాడ ఎర్రంచు పంచెలుకట్టి నల్లని లాంగు కోటు వేసుకుని జరీ ఉత్తరీయము గానీ, కాశ్మీర్ శాలువ గాని భుజాల పైన వేసుకొని తలకు ఎర్ర పట్టు కుచ్చు తలపాగాతో సభలకు వచ్చే వారు. వారు పట్టి పట్టి మాట్లాడేవారు. ఇన్నీసు పేట మెయిన్ రోడ్డులో వారి ఇంటి ముందు అరుగు మీద చదరంగం ఆడేవారు. చాలా రసజ్ఞులు, బోళా మనిషి. డాబు దర్పములన్నా, పేరు ప్రతిష్టలన్నా ఆసక్తి కలవారు. ఏదో సందర్భంలో చిలకమర్తి వారు వ్రాసిన వ్యాస ప్రహసనాలలో తమ వేష భాషలను గురించి, చిత్త వృత్తిని గురించి హేళన చేశారని ఆయనకు అనుమానము కలిగినది. అంతట ఆయన చిలకమర్తి లక్ష్మీ నరసింహం గారిని గ్రుడ్డి చిలక అని అన్యాపదేశంగా దూషించారు. లక్ష్మీనరసింహం గారాయనను పగటి వేషగాడని. వీరికి కవిరాజనే బిరుదెవరు ఇచ్చారని అన్నారు.శాస్త్రి గారాయనను లోదారి బుచ్చిగాడని[13] "ఇంగ్లీషు ఎంగిలి కల్పనల్ దొంగిలించి దాని బంగరు వనిపేరు పెట్టి పేరు గొన్నవాడా పెద్ద వాడా" అని మెడోస్ టైలర్.

— — —

నవలను అనుకరించి హేమలత అనే నవలను వ్రాసినారని నిందించారు.లక్ష్మీనరసింహం గారు మహా వక్త. ఆయన మాట్లాడేటప్పుడు షార్టు హాండు లేఖరులు కూడా వ్రాయలేక పోయేవారు. సాధారణంగా ఆయన అధ్యక్షులుగా గానీ ఉపన్యాసకులుగా గానీ ఉండని సభలు రాజమహేంద్రవరంలో జరిగేవి కావు.లక్ష్మీ నరసింహము గారు అధ్యక్షులుగానున్న ప్రతి సభలోను దైవ ప్రార్థన ముందుగా జరిగేది.అందులో భక్త చింతామణిలోని ఐదు పద్యాలను నేను చదివే వాడిని.ఇతర సభలలో కూడా నేనే దైవ ప్రార్థన పద్యములు చదవటం పరిపాటి అయినది.లక్ష్మీ నరసింహము గారు చాలా చమత్కారంగా మాట్లాడుతారు. ప్రతిదినం లక్ష్మీ నరసింహ గారు టౌన్ హాల్ కు సాయంకాలం వచ్చేవారు.వారి చుట్టూ చాలా మంది చేరేవారు.వారు ఎన్నో విషయాలు గురించి హాస్య రసజ్ఞతో సంభాషించేవారు. ఆ సంభాషణలు కొందరికి నొప్పి కలిగించేవి కూడా. తరువాత చాలా కాలానికి న్యాపతి సుబ్బారావు గారు హిందూ

(13 లోదారిబుచ్చిగాడనేపేరుతోఒకప్రహసనంకూడావ్రాశారు.)

సమాజం స్థాపించినప్పుడు కూడా లక్ష్మీ నరసింహముగారు ఆ సమాజానికి ఆవరణలో ఉన్న చెట్టు క్రింద కుర్చీలో కూర్చుంటే వారి చుట్టూ అందరూ చేరేవారు.

రాజమహేంద్రవరంలో పూర్వం 1887లో ఇమ్మానేని హనుమంతరావు నాయుడు గారు స్థాపించిన హిందూ నాటక సమాజం చాలా కాలం అభివృద్ధి చెందినది.దానిని 1903 మొదలు 1907 వరకు చిలకమర్తి లక్ష్మీనరసింహం గారు మేనేజ్ చేశారు. పూర్వం వద్దాది సుబ్బారాయుడు గారు నాటక సమాజం స్థాపించి వేణి సంహారం రచించి ఇందులో దుర్యోధన పాత్ర అశ్వద్ధామ పాత్ర అభినయించే వారట. హిందూ నాటక సమాజంలో ప్రదర్శించడానికి చిలకమర్తి లక్ష్మీనరసింహం గారు చాలా నాటకాలు రచించారు. అవన్నీ వచనంలో ఉండేవి. నాయుడు గారు టంగుటూరి ప్రకాశం గారు నాటి కాలంలో అత్యద్భుతంగా నటించేవారు గానీ పద్యాలు చదవ లేరట. లక్ష్మీనరసింహం గారు 1903 లో ముప్పిడి జగ్గరాజును నెలకు ఇరవై రూపాయలు ఇచ్చి పిఠాపురం నుంచి పిలిపించారు. అతడు స్త్రీ పాత్రలను,అందులోనూ ప్రతివ్రతల పాత్రలు అద్భుతంగా అభినయించే వాడు. 1910 నాటికి కృత్తివెంటి నాగేశ్వరావు గారు, సత్యవోలు గున్నేశ్వరరావు గారు కలిసి హిందూ థియాట్రికల్ కంపెనీ అనే హిందూ నాటక సమాజం నడిపేవారు. చిలకమర్తి లక్ష్మీనరసింహం గారి గయోపాఖ్యానము, ప్రసన్న యాదవము మొదలైన నాటకాలు తిరుపతి కవుల నాటకాలు ధర్మపురి కృష్ణమాచారిగారి చిత్రనళీయము మొదలైనవి ప్రదర్శించేవారు. లక్ష్మీనరసింహం గారు 1905–06 మధ్య తన నాటకాలలో పద్యములు చేర్చి సవరించారు. కొన్ని సంవత్సరాలకు సత్యవోలు గున్నేశ్వరరావు గారు చింతామణి థియేటర్ అను కొత్త నాటక సమాజము స్థాపించారు .

హిందూ నాటక సమాజం లో పరిటాల వీరన్న గారు గయోపాఖ్యానంలో గయుని వేషం వేసేవారు. నటకులలో దుర్గి గోపాల కృష్ణ రావు గారు కృష్ణ వేషం వేసేవారు. జగ్గ రాజుగారు చిత్రలేఖ వేషం వేసేవారు. రాజమండ్రి అమెచ్యూర్సుపేరుతో కొందరు యువకులు ఒక నాటక సమాజాన్ని స్థాపించి ప్రతాపరుద్రీయం, వీరమతి సుగుణ మణి మొదలైన కొత్త నాటకాలను, చిలకమర్తి లక్ష్మీనరసింహము గారి గయోపాఖ్యానము,మొదలైన నాటకాలు ఆడేవారు.పాండవ విజయం,గయోపాఖ్యానము చాలా తరచుగా ఆడేవారు. అంకరాజు రామారావు గారు శ్రీపాద సుబ్బయ్య గారు, దామోజిపురపు వెంకట నరసింహ రావు గారు, తుమిమెళ్ల సుబ్బారావు గారు అమెచ్యూరు నాటకాలలో పాల్గొనే వారు.

ట్రైనింగ్ కాలేజీలో ఉపాధ్యాయులైన శ్రీపాద కామేశ్వరరావు గారికి నాటకాలంటే చాలా ప్రీతి. ఆయన అమేచ్యూర్సుభ్యులును తర్ఫీదు చేసేవారు, తాము కూడా వేషాలు వేసేవారు. ప్రతాపరుద్రీయం లో పడవ లాగేవాడి వేషం వేశారు. 1909 లో

రాజమహేంద్రవరం ఆర్ట్స్ కాలేజీ ప్రిన్సిపాల్ గా వచ్చిన ఆస్వాల్డ్ కూల్డ్రే గారు M.A (Oxford) రాజమహేంద్రవరం లోని కాలేజీ విద్యార్థులకు గ్రామంలోని వారందరుకీ ప్రేమ పాత్రుడిగా ఉండేవారు. ఆయనకు తెలుగు భాష పైన తెలుగుదేశం, ముఖ్యంగా రాజమహేంద్రవరం గోదావరి నది మీద చాలా ప్రేమ. అతడు స్వతహాగా కవి, చిత్రకారుడు, గాయకుడు. కూల్డ్రే గారికి మన దేశ సంగీత నృత్య నాట్యాలంటే ప్రీతి. నాటకాలు చూసేవారు. పూర్వం తోలుబొమ్మలాటలు, వీధి నాటకాలు కూడా చూసేవారట. కాలేజీ విద్యార్థులకు అభినయం లో తర్ఫీదిచ్చి షెరిడన్ (Sheridan) మొదలైన ఇంగ్లీష్ కవుల నాటకాలు, షేక్స్పియర్ నాటకాలు ప్రదర్శింప చేసేవారు.వీరి పాత్రలు వేష భాషలు చాలా జాగ్రత్తగా చదివేవాడు. ఈ నాటకాలలో విద్యార్థులకు వీరేశలింగం పాఠశాల ఉపాధ్యాయులు కూడా పాల్గొనేవారు.

రాజమండ్రిలో సాధారణంగా ప్రతి వారం ఏదో ఒక నాటకం ఆడుతూనే ఉండేవారు. ఇతర పట్టణాలనుంచి కూడా నాటక సమాజాల వారు వచ్చి నాటకాలు ఆడేవారు. దీని వల్ల ప్రజలలో సంస్కృతి విజ్ఞానం అభివృద్ధి చెందినది.

రాజమండ్రిలో టౌన్ హాలులో కందుకూరి వీరేశలింగం గారి పేరుతో ఒక గ్రంథాలయం స్థాపించారు.1911 ఫిబ్రవరి 4వ తేదీన సుబ్బారావు గారి బావమరిది అద్దంకి సత్యనారాయణ గారు సుబ్బారావు గారిచ్చిన పుస్తకములుతోను, మరికొన్ని పుస్తకాలతో వాణి విలాస గ్రంథాలయమనే ఒక చిన్న గ్రంథాలయము స్థాపించారు. దాని నెల చందా 0-2-0 మాత్రమే.తరువాతదానినే వృద్ది చేసివసు రాయ గ్రంథాలయమనే పేరుతో నడిపారు. ప్రతి నెల సుభోదిని అనే ఒక కరపత్రమును ప్రకటించేవారు. వీరేశలింగం గ్రంథాలయం వారు ప్రతి నెల విజ్ఞాన పల్లవి అనే కరపత్రాన్ని ప్రకటించేవారు. ఆ చిన్న గ్రంథాలయంలో నేనొక సభ్యుడను.

కొన్నళ్ళకు వీరేశలింగం గ్రంథాలయము వసురాయ గ్రంథాలయమునేకము చేశారు. అది మొదట సార్వజనిక గ్రంథాలయం అని తరువాత గౌతమి గ్రంథాలయము అనే పేరుతో అభివృద్ధి చెందినది. అద్దంకి సత్యనారాయణ గారు 1912-13 సంవత్సరం లో ఒక సాహిత్య సమాజం స్థాపించి దాని ఆధ్వర్యము క్రింద ప్రతి వారం ఏదో ఒక ఉపన్యాసం ఏర్పాటు చేసేవారు. దానికి ఊరిలో విద్యాధికులను ఇతర ప్రాంతం వారిని అధ్యక్షులుగా ఆహ్వానించేవారు చిలకమర్తి లక్ష్మీనరసింహం గారు, చిలుకూరి వీరభద్రరావు గారు, శ్రీపాద కృష్ణమూర్తి శాస్త్రి గారు మొదలైన వారు అధ్యక్షులుగా వచ్చేవారు. కాశీభట్ట బ్రహ్మయ్య శాస్త్రి గారు, వంగూరి సుబ్బా రావు గారు, చెలికాని లచ్చారావు గారు మొదలైన ప్రముఖులు కూడా వచ్చేవారు. దానికి ఆంధ్ర భాషాభివృద్ధిని సమాజం అనే పేరు పెట్టారు

లక్ష్మీ నరసింహం గారి అధ్యక్షత క్రింద 27- 3- 1914 తేదీ ఆనంద సంవత్సరాది నాడు దాని వార్షికోత్సవం జరిగింది. సత్యనారాయణ గారు దానికి కార్యదర్శి. అడవిబాపిరాజు, ఇంకా కొందరు కాలేజి విద్యార్థులు, పండితులు దానిలో సభ్యులు నేను కూడా ఒక సభ్యుడను. అప్పుడు తీసిన గ్రూపు ఫొటోలో మేమంతా ఉన్నాం.ఆ ఫొటో ఇప్పటికీ నా దగ్గర ఉన్నది

ఆ కాలంలో తిరుపతి వెంకటేశ్వర కవులకును పిఠాపురంలోని రామకృష్ణ కవులుకును కొన్ని వాగ్వివాదాలు జరుగుతూ ఉండేవి. ఒకరినొకరు దూషించుకునే వారు. కృష్ణాపత్రికలో వీరిని గూర్చి ఒక వ్యంగ్య చిత్రము ప్రకటించబడినది. రెండు కోడి పుంజులు రెక్కలు విప్పుకొని మెడ మీద ఈకలు నిక్క పొడుచుకుని ఉండగా కాళ్లకు కత్తులతో పోరాడుతున్నట్లు బొమ్మ వేశారు. ఇంకా నాకు బాగా జ్ఞాపకం ఉంది. కృష్ణా పత్రికలో ఇంకో వ్యంగ్య చిత్రం కూడా బాగా జ్ఞాపకం. మద్యపాన పిశాచిని గూర్చినది. ఒక తాగుబోతు బొమ్మ యొక్క పొట్ట నొక పీపాగా చిత్రించి రెండు చేతులు రెండు సారా సీసాలుగా చిత్రించారు.

ఆ కాలంలో ఆర్ట్స్ కాలేజి విద్యార్థులు కూల్డ్రే గారి ప్రోత్సాహంతో ఇంగ్లీషు నాటకము లాడి ప్రదర్శించడమే గాక ఫుట్ బాల్ పోటీలలో పాల్గొనేవారు కాలేజి జట్టుకు నింబిల్సు అనే పట్టణ జట్టుకు జరిగిన పోటీ ఆకర్షణీయంగా ఉండేది. ఇదిగాక ఊరిలో ఒక ఆంగ్లోఇండియన్లు మొదలైన వారి జట్టు ఒకటి ఉండేది. ఆ కాలంలో కూల్డ్రే గారే కాక సూపరింటెండింగ్ ఇంజనీరైన భాస్కరయ్య గారు కూడా రిఫరీ గా మధ్యవర్తిత్వం చేసేవారు

రాజమహేంద్రవరం విద్యార్థులు అట్లతద్దినాడు వినాయకచవితి మొదలైన పండగలకు భోగి పండుగ నాడు ఊరిలో జట్లుగా తిరిగి చిలిపి చేష్టలు చేసేవారు. ఊర్లోని ఒంటెద్దు బండలను లాగి కొనిపోయి దూరంగా గోదావరి ఒడ్డున విడిచిపెట్టేవారు. దీపావళి నాడు తుటాలు, అవ్వాయి తువ్వాయిలు మొదలైన బాణసంచా కాల్చేవారు. కూల్డ్రే గారు కూడా తన విద్యార్థులతో కలిసి ఆటలాడే వాడు. దూరపు పరుగు పోటీలు, "హర్డిల్."పోటీవగైరా ఆటలలో పాల్గొనేవాడు.సీమలో విద్యార్థులు ఆడుకునే ఆటలనక్కడ ప్రవేశపెట్టాడు. అందులో పేపర్ ఛేస్ అనేది ఒకటి. ముద్ర శాలల్లో పుస్తకముల అంచులను కోసినప్పుడురద్దుగా పోయే కాగితపుపీలికలను సంచీలో వేసుకుని ఒక జట్టు వారు ఇండ్లనక, రోడ్డనక, కాలువనక, అనేక మార్గాలలో దగ్గర దగ్గరగా జల్లుతూ పోవడము, వారివెనుక ఇంకొక జట్టు వారు బయల్దేరి ఆ కాగితం చాలు ననుసరించి రోడ్లు, కాలువలు, పుంతలు, గోడలు కూడా దాటుతూ పోయి ముందు జట్టులోని వారిని పట్టుకోవడం విశేషము.

రాజమహేంద్రవరంలో గోదావరి నది దాటడానికి చిరకాలం నుండి దరోతీ అనే ఒక పెద్ద స్టీమరు, హెలెన్ అనే ఒక చిన్న స్టీమరు ఉండేవి. దరోతి గుండ్రంగా ఉండేది. తరువాత 1893 ప్రాంతంలో రైల్వే వారు కొన్ని చిన్న స్టీమర్లుకూడా వేశారు. దరోతి పైన, హెలెన్ పైనా ప్రజలకు ప్రీతి. కొంచెం లావుగా ఉన్న స్త్రీ కనబడితే "ఒరే దరోతి లా ఉంది రా" అనేవారు. లేకపోతే హెలెన్లా ఉన్నది అనేవారు. మా పాఠశాలలో కొంచెం వయస్సు మళ్ళిన యువతులు స్కూల్ ఫైనల్ క్లాసులో చేరినప్పుడు కూడా ఈ కొంటె పేర్లను ఉపయోగించేవారు.

రాజమహేంద్రవరం కాలేజీలో కూల్డ్రే గారు ప్రిన్సిపాల్ గా ఉన్న కాలంలో బి రాఘవేంద్ర రావు గారు అనే ఆయన గణితశాస్త్రం అధ్యాపకులు. ఆయన సుపర్ద్రూపి. పచ్చని దబ్బపండు వంటి ఛాయ.తల మీసములు తెల్లగా నెరిసి యుండేవి. గంభీరుడు విద్యార్థుల పైన చాలా దయగలవాడు. ఆయన పట్ల విద్యార్థులు భయ భక్తులు కలిగి ఉండేవారు. విల్కిన్ సన్ గారు చరిత్రాధ్యాపకులు. ఆయన సన్నగా పొడవుగా ఉండే వాడు. ఆంగ్లో–ఇండియన్ తెలివైనవాడే. చిన్న నోట్ బుక్ లో బహు చిన్న అక్షరాలతో నోట్స్ వ్రాసుకుని వచ్చి చరిత్ర బోధించేవాడు.ప్రతి సంవత్సరము బోధించిన ఘట్టముల తారీఖుల వేసేవాడు. ఆయన వైస్ ప్రిన్సిపాల్ గా ఉండేవాడు.

దేవులపల్లి అప్పల నరసింహం గారనే ఆయన ఇంగ్లీషు బోధించేవారు. ఆయన మిడి అక్షరాల దస్కత్తు Dap అన్నట్లు కనపడేవి. అందువల్ల విద్యార్థులాయనను ఆ పేరుతో వ్యవహరించేవారు. ముక్కవిల్లి సూర్యనారాయణగారు కూడా ఇంగ్లీషు బోధించేవారు. తర్వాత కాలంలో వేమూరి విశ్వనాథ శర్మ గారు, విస్సా అప్పారావు గారు రసాయన శాస్త్రము పదార్థ విజ్ఞానము బోధించేవారు. A. చక్రవర్తి గారు ఎఫ్ ఏ క్లాస్ వారికి లాజిక్కును, బి.ఎ క్లాసు వారికి ఫిలాసఫీను బోధించేవారు. వారు చాలా సమర్థులనీ, చక్కగా బోధించేవారని చెప్పుకునే వారు. వారి నోటీసును విద్యార్థులు వ్రాసుకునేవారు. వారు జైనమత అభిమానం కలవారు. దానిని గూర్చి కొన్ని గొప్ప వ్యాసములు వ్రాసి ప్రకటించారు. ఆయనను ప్రెసిడెన్సీ కాలేజీకి ప్రొఫెసరుగా బదిలీ చేయగా వారి స్థానాన్ని 1917లో సర్వేపల్లి రాధాకృష్ణ గారు రాజమండ్రికి వచ్చారు. అప్పట్లో muffsil కాలేజీలో అధ్యాపకులను Chief Lecturer, Assistant Lecturer అనేవారు. కాలేజీలో కల్లూరి వెంకట్రామ శాస్త్రి గారు సంస్కృత పండితులు.1915 లో వద్దాది సుబ్బారాయుడు గారు తెలుగు పండితులుగా నియమింపబడినారు. ఆయన అంతకు పూర్వం ట్రైనింగ్ కాలేజీలో చాలా సంవత్సరములు తెలుగు పండితులుగానున్నారు. వారి సూక్త వస ప్రకాశము, భక్త చింతామణి చదువని వారు ఉండరు. ఆయన చిన్నప్పుడు వేణి సంహార నాటకము రచించారు. అందులో ధర్మరాజుగా, అశ్వత్థామగా నటించే వారు. మంచి

గంభీరమైన కంఠస్వరంతో పద్యాలు రాగ సరళిగా చదివేవారు. వారికి బిలహరి రాగం అంటే ప్రీతి.

నేను హితకారిణి హైస్కూల్లో 1910 నుండి డిసెంబర్ లో ఫస్ట్ వారం చదివే నాటికి ఆ పాఠశాల హెడ్మాస్టరు ముడియం సీతారామరావు గారు.ఆయన సన్నగా పొట్టిగా ఉండేవారు. మధ్య బ్రాహ్మణులు. మంచివారు. జయంతి గంగన్నగారు, బి.ఎ పాసైనవారు. కుందూరి వెంకట రత్నం గారు,రామాప్రగడ వెంకటరామయ్యగారు ఆచంట రంగన్న గారు, పులవర్తి రామ్మూర్తి గారు మెట్రిక్యులేషన్ పాసైన ఉపాధ్యాయులు. ఒక ముదుసలి తాత గారు ఆమండి వ్యాసలింగం గారు తెలుగు పండితుడు. జయంతి గంగన్నగారు సైన్సును ఇంగ్లీష్ చెప్పేవారు. కుందూరు వెంకటరత్నం గారు క్రిందిక్లాసులకు ఇంగ్లీషు చెప్పేవారు.రంగయ్య గారుసైన్స్ మాస్టరు. రామా ప్రగడ వెంకట రామయ్య గారు ఏమి బోధించేవారో జ్ఞాపకం లేదుగాని స్కూలు టైమ్ టేబులు ఆయనే తయారి చేసేవారు. ప్రతి సంవత్సరం క్లాసులు ప్రారంభించటానికి ముందు పాఠాలు చదువుకునే పద్ధతులు, జ్ఞాపకముంచుకునే పద్ధతులు బోధించేవారు. రామాప్రగడ వెంకట రామయ్యగారు హితకారిణి సమాజ కార్యదర్శిగాను, సత్యవాదిని పత్రిక ఎడిటర్ గాను పని చేశారు. పులవర్తి రామమూర్తిగారి దగ్గర నేను privatetuition చెప్పించుకున్నాను.

రామమూర్తిగారి దగ్గర కనపర్తి సుందరరావు, అతని అన్నగారు ప్రసాదరావు గారు కూడా ట్యూషన్ చెప్పించుకున్నారు. వారితో ఫొటో తీయించుకున్నాము. వేలాల రామదాసుగారు మాధ్వులు, వేలాల సుబ్బారావుగారి తండ్రి. ఆయన మాకు లెక్కలు చెప్పేవారు. ఒకడు బజారుకు వెళ్లి తన దగ్గర ఉన్న డబ్బులు ¼ వంతు ఒక చొక్కా ను ⅓వంతు పెట్టి ఒక రైలు సంచిని , 1/5 వంతు పెట్టి గొడుగును, ¼వంతు పెట్టి ఇంట్లో సరుకులు కొనగా రూ 2–08–0 మిగిలినవి. అతను తీసుకుని వెళ్ళి న సొమ్ము ఎంత. ఇలాంటి మతలబు లెక్కలంటే ఆయనకు ప్రీతి. బోర్డు మీద లెక్కలు వేస్తూ నాలుగైదు సున్నలు గల సంఖ్య గాని రెండు మూడు సంఖ్యల fractionగానీ వేసేవారు. ఎవరైనా కుర్రాడు బాబోయి అన్ని సున్నాలా, అంత పెద్ద fraction వేశారని గాని అంటే 'ఓరి మొద్దూ నీ ఇష్టం ఎంతి వెధవ ఇష్టం, బోడి ఇష్టం. నా ఇష్టం గాని'. అని ఇంకో రెండు fraction కలిపే వారు. ఇంటి దగ్గర హోంవర్క్ చేయడానికని లెక్క ఇచ్చేవారు. మర్నాడు వాటిని చేసి తీసుకుని రావాలి. కొందరు ఏమో సాకుల చెప్పేవారు. మొదలి వెంకటరత్నం అనే కుర్రవాడు మాస్టారు నా లెక్కల పుస్తకం ఎలుకలు కొరికినాయండి అనేటప్పటికి ఏమిరా మీ ఇంట్లో అన్ని ఎలుకలున్నాయా? ఒకటి రేపు తీసుకురా అనేవారు. మర్నాడు ఏమిరా ఎలుకను తెచ్చావా అనేవారు. దొరకలేదంటే అంటే నవ్వేవారు.

వెంకటరత్నం గారు మంచి దస్తూరి వ్రాసేవారు. వారి ఇంగ్లీషు అందంగా ఉండేది. వారి ఇంగ్లీష్ దస్తకత్తు చాల అందంగా ఉండేది. ..... అని పొడి అక్షరాల దస్తకత్తు చేసేవారు. మంచి దస్తూరితో చూచి వ్రాత వ్రాయమనేవారు. అందంగా వ్రాసిన వారి పుస్తకమును అద్దాల అలమైరాలో పెట్టమని ఆశ పెట్టేవారు. ఆయన ఇంగ్లీషు చక్కగా బోధించేవారు. సాధారణంగా క్లాసులో టేబుల్ ముందు నించుని ఒక చేతితో పాఠ్యపుస్తకం పుచ్చుకుని చదువుతూ అర్థమయ్యేటట్లు విడమరిచి చెప్పేవారు. తాము చెబుతున్నది బాలురు శ్రద్ధగా విని అర్థం చేసుకుంటున్నారో లేదోఅని గమనించి అవసరమైతే మళ్ళీ చెప్పేవారు.

వెంకట రత్నం గారు రాజమండ్రి లో బెంచ్ మేజిస్ట్రేట్ గా పనిచేశారు వారి ముఖం అందంగాను, గంభీరంగాను ఉండేది. క్లోజ్డ్ కోటు వేసుకుని తెల్ల గ్లాస్కో తలపాగా తోమల్లు పంచతో వచ్చేవారు. వారి పట్ల బాలురకు చాలా భయ భక్తులు ఉండేవి. ఆయనకు నా మీద చాలా దయ.నాకు 1912 సంవత్సరం ఏప్రిల్ నెలలో ఉపనయనం అయినప్పుడు మా ఇంటికి వచ్చారు.మా బావ గారైన బొడ్డపాటి పూర్ణయ్య గారితో మాట్లాడారు. నా గురించి అభిప్రాయం ఇచ్చారు. ఆయన ఒకసారి మా క్లాసులో చదువుతున్న ధరణి ప్రగడ శేషగిరిరావును, నన్ను తమ ఇంటికి భోజనానికి పిలిచారు.శేషగిరి రావుకు వారికి కొంత బంధుత్వం కూడా ఉన్నది. వెంకటరత్నం గారికి తమ కుమార్తెను నాకు ఇవ్వాలని అభిప్రాయం ఉండేదట. ఆయన కుమార్తెలు సుశీల, రోహిణీలకు తర్వాత మంచి సంబంధములనే తెచ్చారు. చాలాకాలానికి నేను బెజవాడలో ప్రాక్టీస్సేస్తూ పనిమీద బందరు వెళ్లగా వృద్ధులైన వెంకటరత్నం గారు బందరులో రెండవ కుమారుడైన రాజు దగ్గర ఉన్నారు. నన్ను చూసి పడక కుర్చీలోంచి లేచి కౌగలించుకున్నారు. చాలా సంతోషించారు. ఆ సమయంలో పెద్ద కుమారుడు ఈశ్వరదత్తు, పెద్ద కుమార్తె సుశీల కూడా అక్కడ ఉండటం తటస్థించింది. వారందరు నన్ను చూసి చాల సంతోషించారు. రాజు అప్పట్లో సైంటిఫిక్ కంపెనీలో ఉద్యోగం చేస్తున్నాడు.

మా పాఠశాలలో ఉపాధ్యాయులు ఆచంట రంగయ్యగారు ఆజానుబాహుడు కురచగా కత్తిరించిన క్రాపు ఉంచుకునేవారు. ఆయన తెల్ల పంచ, కోటు తలపాగాతో కుర్చీలో కూర్చుంటే గంభీరంగా ఉండే వారు.మంచి మీసం కట్టు ఉండేది. ఆయనకు చుట్ట గాని కాఫీ టీలు గాని అలవాటు లేదు. విద్యార్థులు కాఫీ తాగటం చూసి నిరసించే వారు. ఆయన చాలా మంచి బలము కలవారు. గోదావరిలో స్నానంచేసేవారు. గజ ఈతగాడు ఆయనకు Wordsworth కవిత్వం అంటే చాలా ఇష్టం. The Wanderer అనే పెద్ద పద్యమాలిక కంఠస్థం. జబ్బు చేసిన విద్యార్థి ఇంటికి వెళ్ళి అతని ఆరోగ్య స్థితిని

కనుక్కోన్నారని తెలిసి మా అందరికీ సంతోషం కలిగింది. ఒకమారు బందా సూర్యనారాయణ[14] అనే కుర్రవాడు చిన్న తప్పు చేస్తే రంగయ్యగారు మందలించారు. అతనికి ఊడుకు మొత్తం కలిగి గోదావరిలో పడి చస్తా అని బెదిరించాడు. గోదావరిలో ఉక్కిరి బిక్కిరి అయ్యేదాకా జుట్టు పట్టుకొని ముంచి లేవనెత్తానని ఆయన అన్నారు.

రంగయ్య గారి సోదరుడు చంద్రయ్య గారు కూడా మా స్కూల్ మాస్టర్ గా వచ్చారు. ఆయన ముఖం మీద పెద్ద కుంకుమ బొట్టు పెట్టుకునేవారు. నవ్వుతూ ఉండే వారు పిల్లలపట్ల దయగా ఉండేవారు.

మా పాఠశాల కొత్త భవనాలలోకి మారిన తరువాత వెన్నేటి సత్యనారాయణ గారు బి.ఎ, మాస్టర్ గా వచ్చారు అయన మాకు లెక్కలు చెప్పేవారు. క్లాసు గుమ్మంలోకి అడుగుపెడుతూనే Take down this sum అంటూ వచ్చేవారు. చాలా తెలివైనవారు. పొడుము పిలిచేవారు. దక్షిణాఫ్రికాలో గాంధీ మహాత్ముని సత్యాగ్రహ ఉద్యమానికి సహాయం చేయడానికి మా విద్యార్థులను తీసుకుని చందాలు పోగు చేయించారు. మా స్కూలులో ఉత్సాహంగా మాట్లాడుతూ "who knows there may be a Gokhale amongst you" అనేవారు. ఆయన వీరేశలింగం గారి భార్య రాజ్యలక్ష్మమ్మ గారికి బంధువు. రాజమండ్రి దగ్గర వారి పేరిట గ్రంథాలయం స్థాపించారు. దాన్ని ప్రారంభోత్సవానికి చిలకమర్తి లక్ష్మీనరసింహం గారిని అధ్యక్షుడిగా ఆహ్వానించారు.దేవ ప్రార్థనలో భక్త చింతామణి పద్యాలు చదవడానికి నన్ను రమ్మన్నారు నేను సైకిలు మీద వెళ్లాను అక్కడే భోజనం చేశాను. రాజలక్ష్మమ్మగారి ప్రథమ సంవత్సరికము నాడు 12– 11– 1911 తేదీన కావేరులో సభ చేసి విందుచేశారు.వెన్నేటి సత్యనారాయణ గారు, చంద్రిక నరసింహము తర్వాత కొన్నళ్ళకు ప్లీడరు పరీక్ష ప్యాసై రామచంద్రపురంలో ప్రాక్టీస్ చేశారు. కొంత ధనం ఆర్జించారు. గాంధీ ఉద్యమంలో ముస్తఫా అలీఖాన్ గారి వలన తీవ్రమైన లారీ దెబ్బలు తిన్నారు. అప్పుడు జరిగిన దురంతాలు వాటి క్రిమినల్ కేసులో బయల్పడినవి. తరువాత కాంగ్రెస్ సభ్యులుగానే ఉన్నారు కానీ కాంగ్రెస్సు సంఘాలలో ప్రారంభమైన కుట్రలకు అసహ్యపడి దూరంగా ఉన్నారు. Buy Indian League తరపునరాజమండ్రి లో ఒకస్టోర్సు నడిపారు. ఆయన చాలా జాగ్రత్త మనిషి లెక్కలు సరిగాసుంచని కాంగ్రెస్ వారిని మందలించేవారు. అందువల్ల చాలామందికి ఆయన పైన కోపం.

---

(14) ఈ బందా సూర్యనారాయణ బెజవాడలో మున్సిపాలిటీలో ఉద్యోగం చేసేవాడు. ఒకసారి గాంధీ ఉద్యమంలో చాటింపు చేయడానికి డప్పు వేసేవాడు దొరకకపోతే తనే డప్పువేశాడు.

కొన్నాళ్ళకు ఆయన రాజమహేంద్రవరం దానవాయి పేట పోలీసు లైనుల వెనుక గల స్థలంలో 'విక్రమహాల్' అనే విద్యా భవనమును విశాలమైన గదులుతో నిర్మించారు. అందులో నాటకాలకు ఉపన్యాసాలకు గొప్ప హాలు ఉన్నది. గృహపరిశ్రమలు మొదలైన సరుకుల అంగళ్లు ఏర్పాటు చేసి సమర్ధతతో నిర్వహించారు. ఊర్లోని వైశ్యులు ఇతర ప్రముఖులు దీనికి విరాళములిచ్చారు.

సత్యనారాయణ గారికి మొదటి నుండి నా మీద చాలదయ. ఒకసారి నేను బెజవాడ నుండి రాజమండ్రి వెళ్ళినప్పుడు 1948లో ఆయన నాతో చాల దయగా మాట్లాడినారు. ఒకటి రెండు సార్లు ఆ విక్రమహాలు ముందటి అరుగు మీద కూచ్చుని మాట్లాడినాము. వారి మనుమని ఉపనయనమునకు వారు శుభలేఖ పంపారు. నేను బెజవాడలో ఫ్లీడరుగా ఉండి నా చేత నైన భాషా సేవ, ప్రజా సేవ చేస్తున్నందుకు ఆయన సంతోషించారు. నిజానికి ఈ సత్యనారాయణగారు, గజవల్లి రామచంద్ర రావు గారు నా విద్యార్థి జీవితకాలంలో చేసిన బోధల వలననే నాకు దేశాభిమానము కలిగినదనడానికి సందేహం లేదు.

గజవల్లి రామచంద్ర రావు గారు

గజవల్లి రామచంద్ర రావు గారు ఎం.ఏ.చాలా తెలివైనవారు. గొప్ప కుటుంబం వారు. కరణకము శాఖ వారు. వందేమాతరం[15] ఉద్యమంలో (Mark Hunter) హంటర్ ఆగ్రహానికి గురైన వారు.ఆయన మీద హంటరుకు చాలా దయ.అయినప్పటికీ తక్కిన విద్యార్థులతో పాటు ఆయన వందేమాతరం పతకము ధరించి వెళ్లినందుకు ఆయనను కూడా శిక్షించాడు. ఆయన తరువాత ఎం.ఏ ప్యాసైనారు రాజమహేంద్రవరం జాతీయ పాఠశాలలో ఉపాధ్యాయుడిగా పనిచేశారు. ఎఫ్. ఎల్ పరీక్ష ప్యాసైనారు. గాని బి.యల్ పరీక్ష ఉత్తీర్ణులు కాలేదు. ఆయనకు కాంగ్రెస్ రాజకీయల పైన ప్రీతి. హిందూ పత్రికకు వ్యాసాలు వ్రాసేవారు. చదువు మీద అశ్రద్ధ చేశారు. గజవల్లి రామచంద్రరావు గారు వీరేశలింగం హైస్కూల్లో ఉపాధ్యాయులుగా వచ్చి మాకు 1915-16లో స్కూల్ ఫైనల్ C&Dడివిజన్లకు క్లాసు టీచర్ గా ఉన్నారు.తరువాత రెండు డివిజన్లకు వెన్నేటి రామచంద్రరావు గారుక్లాసు టీచరు. వెన్నేటి రామచంద్ర రావు గారు బి.ఏ ప్యాసైనారు. సమర్థులైన ఉపాధ్యాయులు. బి ఎల్ పరీక్షకు చాలా సార్లు వెళ్లి తప్పినారు. తర్వాత ప్యాసై రాజమండ్రిలో కొన్నాళ్ళు ప్లీడరుగా పని చేశారు. ఆయన కుమారుడు సత్యనారాయణ బి.యల్ పరీక్ష పాసై జిల్లా కోర్టులో సిరస్తదారైనాడు.

మేము స్కూల్ ఫైనల్ చదువుతూ ఉండగా John Brown School Days అనే పుస్తకమును Citizens of British Empire by Plumkete యూనివర్సిటీ వారు ప్రకటించిన Prose and Poetry selectionsమాకు పాఠ్య గ్రంథాలు గానుండేవి. రామచంద్రరావు గారు నోట్సు వ్రాసుకుని వచ్చి మాకు చాలా చక్కగా బోధించేవారు. John Brown School Days లో Dr. Arnoldఅనే గొప్ప హెడ్మాస్టరును గూర్చిన వర్ణనలు ఉన్నవి. అవి చదువుతుంటే మా రామచంద్ర రావు గారు ఆ కోవలోని వారే అనిపించేది .Citizens of British Empire కేవలము బ్రిటిష్ ప్రభు భక్తి కలిగించడానికి కేర్పడిన గ్రంథము. అయితే అందులో ఇంగ్లీష్ దేశ పరిపాలన విధానం పైన పార్లమెంటు ప్రజా ప్రభుత్వం యొక్క స్వరూప స్వభావాలు స్థానిక పరిపాలన విధానం పోలీసు సంస్థలో నిర్మాణ పద్ధతులు వివరింపబడి ఉన్నందువల్ల రామచంద్రరావు గారు దానిని నిమిత్తముగా తీసుకొని ఇంగ్లాండు స్వతంత్ర రాజ్యం అయినందువల్ల, అక్కడ ప్రజా ప్రభుత్వం

---

(15) చూడు వందేమాతరం ఉద్యమం.

అయినందువల్లను అక్కడి పౌరులకు గల స్వతంత్రములకు, మనదేశంలోని పౌరులకు గల హక్కులకు గల తారతమ్యములను తెలిసేటట్లుగా చక్కని రాజకీయోపన్యాసములనిచ్చేవారు. దాని ఫలితముగా మా విద్యార్థుల మనసులలో క్రమక్రమముగా నిజ దేశ వేష భాషల పైన అభిమానము వర్ధిల్లినది.

నామీద రామచంద్ర రావు గారికి చాలా దయ. నేను నాలుగు డివిజన్ లో ఇంగ్లీష్ పేపర్ లో నాకు మొదటి మార్కు వచ్చినది అంతట ఆయన నాకు Gladstone's Life by John Morley in 3 Volumesబహుమతి ఇచ్చారు.

Non- detail texts for SSLC 1916 March examination Oxford elementary school books of the Empire by Irene L Plumket

Henry Ford Oxford University Press holder V.S. Brighton Warwick Square. L.C

Here and here did England Helped me how can I help England! Robert Browning Crown 1/8 size 168 pages first chapter

168 pages with questions. First chapter A citizen & laws, Everyday Laws. Chapter 4. How the Laws are made. Chapter 12. Why the Laws should be obliged. The building up of the Empire, Government of the Empire. The Defence of the Empire. The Values of the Empire. The Great dependency of India of which our king is the emperor.

This book is published to create respect for the British imperialism

It is the most important as it is the most difficult to rule of all the British possessions (?) If we lose India we should lose great part of the trade that feeds our large manufacturing towns with work and provide their growing population that is why India is so important to Englishman, but if we examine further we shall see that England is equally necessary to the welfare of the people of India. Neither could remain strong or prosperous without the other.

నన్ను చెన్నపట్నం రాజధాని కళాశాలలో చేర్చుకోవడానికి అప్పట్లో అక్కడ ఇంగ్లీషు ప్రొఫెసర్ గా ఉన్న Mark Hunter గారికి ఒక ఉత్తరం వ్రాసి ఇచ్చారు. ఆయన అప్పుడప్పుడు నాకు ఉత్తరాలు వ్రాసేవారు. నీవు చాలా వృద్ధిలోనికి రాగలవని దేశ సేవ చేయగలవలెనని నాకు దృఢమైన నమ్మకమున్నదని నాకొక ఉత్తరం రాశారు.

నేను విక్టోరియా హాస్టలులో ఉండగా రామచంద్ర రావు గారు బి. ఎల్ పరీక్ష నిమిత్తం మద్రాసు వచ్చి ఒక వైష్ణవ హోటల్ లో బస చేసి అక్కడ ఒకనాటి వెన్నెల రాత్రిలో డాబా మీద మిత్రులకు విందు చేసి నన్ను నా మిత్రుడైన చెరుకుపల్లి వెంకటప్పయ్యని కూడా ఆహ్వానించారు. ఆ రోజు ప్రత్యేకంగా అన్నము లేకుండా పులిహోర భోజనములే అన్నము. తక్కినవన్నీ పిండి వంటలు వడ్డించటం చూసి మేము ఆశ్చర్యపడ్డాము.

రామచంద్ర రావు గారికి బి.యల్ పరీక్ష చదువు మీద శ్రద్ధ లేదు. కాంగ్రెస్ రాజకీయాల్లో మునిగి తేలేవారు . బి.ఎల్ పరీక్ష ప్యాసు కాలేదు. తరువాత గాంధీ మహాత్ముని సహాయ నిరాకరణోద్యమంలో రాజమండ్రిలో మొట్టమొదట సత్యాగ్రహం చేసి జైలుకు వెళ్లారు. బారిస్టరు కందుల వీర రాఘవస్వామి గారికి, రామచంద్ర రావు గారికి కాకినాడలో ఒక నెల శిక్ష విధించారు. వీరు రాజమండి మున్సిపాలిటీకి చెర్మనుగా ఎన్నికొన బడినారు. రామచంద్ర రావు గారు రాజమహేంద్రవరం వదలి ఏలూరులో కాపురం ఉన్నారు. అక్కడ వారి బంధువులు కొందరు ఉన్నారు. ఆయన ఒక సారి సెనేట్ సభ్యత్వం కొరకు పోటీ చేసి బెజవాడ వచ్చి నేను న్యాయవాదిగా ఉండగా మా ఇంట్లో బస చేసి నన్ను కృతార్థుని చేశారు. రామచంద్ర రావు గారు 1930 సంవత్సరం సత్యాగ్రహంలో కూడా జైలుకు వెళ్లారు.వారికి A Class ఇచ్చారు. రామచంద్ర రావు గారు చాలా సౌమ్యులు మృదు మధురంగా సంభాషించే వారు ఎప్పుడు స్వదేశ దుస్తులనే ధరించేవారు. మేము చదువుకునే రోజుల్లో ఇంకా ఖద్దరు లేదు. అప్పుడాయన స్వదేశ నేత వస్త్రములు పట్టు కోటు, తలపాగా ధరించేవారు. ఎం. ఏ గౌను మాత్రం అల్ ఫా కాది ధరించి మాతో ఫొటోలో కూర్చున్నారు. తరువాత ఖద్దరునే ధరించే వారు. వారు ఏబది సంవత్సరాలు నిండకుండానే అకాల మరణము పొందినారు.

గజవల్లి రామచంద్ర రావు గారు continued

గజవల్లి రామచంద్రరావు గారు జననం 1885 మరణం 1931. తండ్రి నరసింహారావు గారు తల్లి నరసుబాయమ్మ గారు. అన్న నరసింహం గారు సబు రిజిస్టారుగా పనిచేశారు. విద్యాభ్యాసము రాజమహేంద్రవరం, మద్రాసు. Double M.A.B.L చదివినారు కానీ ప్యాసు కాలేదు. రాజకీయాలలలో పాల్గొంటున్నందు వల్ల అశ్రద్ధ చేశారు వందేమాతరం ఉద్యమంలో పాల్గొన్నందు వల్ల ఆయనను ప్రిన్సిపాలు మార్క్ హంటరు వెళ్లకొట్టాడు. అయితే హంటర్ కు ఆయన పైన చాలా దయ. లిటరేచరు ఎం.ఎ విద్యార్థిగా ఉన్నప్పుడు దయగా ఉన్నాడు

1911లో రామచంద్ర రావు గారి భార్య ఒక కుమారుని కని చనిపోయింది అతని పేరు నరసింహారావు. తర్వాత ద్వితీయ వివాహం చేసుకున్నారు. రాజమహేంద్రవరం

వీరేశలింగం హైస్కూలులో First Assistant గా పని చేశారు.1915 –17 మధ్య ఇంగ్లీషు బోధించేవారు. తరువాత 1920 వరకు గవర్నమెంట్ ఆర్ట్స్ కాలేజ్ లో పని చేసి రాజీనామా ఇచ్చారు. రాజమహేంద్రవరం మున్సిపల్ చైర్మన్ గా పని చేశారు. ఆంధ్ర దేశములో మొట్టమొదటి కాంగ్రెస్సు పక్ష చైర్మను. 1921 లో 144వ సెక్షన్ క్రింద అరెస్ట్ అయిన వారి కేసులో కాకినాడ మేజిస్ట్రేట్ కోర్టులో సాక్ష్యం చెప్పుటకు నిరాకరించగా ఒక నెల విడి ఖైదు విధించారు.

రాజమండ్రి సెంట్రల్ జైలులో ఒక నెల శిక్ష అనుభవించారు.1928లో కాపురం రాజమహేంద్రవరం నుండి ఏలూరుకి మార్చారు. తూర్పు పశ్చిమ గోదావరి జిల్లాల్లో వీరి కుటుంబానికి మొత్తం ఐదు వందల ఎకరాల భూములు ఉండేవి. ఏలూరుకు15 మైళ్ల దూరంలో ఉన్న 400 ఎకరాలు పొలాసి గూడెం మొఖాసా వీరిదే. విలస, అమలాపురం మొదలైన ప్రాంతాలలో కూడా భూములు ఉండేవి ఏలూరు రైల్వే స్టేషన్ ఎదురుగా 20 ఎకరాల భూమి ఉండేది అక్కడ ఒక పెద్ద భవనం కూడా నిర్మించారు 1920- 30 మధ్యలో వీరి ఆస్తి క్రమక్రమంగా హరించుకు పోయింది.

1930 సంవత్సరం లో ఉప్పు సత్యాగ్రహంలో పాల్గొని శిక్ష పొంది కొద్ది రోజులు రాజ మహేంద్ర వరం జైలులో ఉండి తర్వాత రాయ వేలూరు జైలు శిక్ష అనుభవించారు. Aclars ఇవ్వబడినది గాంధీ–ఇర్విన్ ఒడంబడిక ప్రకారం 1931 నెల తర్వాత విడుదలైనారు. జైలుకు వెళ్లే ముందు కుటుంబ పోషణ నిమిత్తం అప్పులు చేశారు.జైలునుండి వచ్చిన తరువాత ఋణదాతలు ఒత్తిడి చేశారు. మొత్తే కృష్ణ రావు గారు బాకీదారులలో ఒకరు. మానసికమైన బాధ కలిగి Cerebral Hemorrhage వచ్చి చనిపోయారు. ఋణాల తీర్మాన నిమిత్తము వీరు తమ ఇంటిని విక్రయించి వేశారు. (పై సంగతులు వారి కుమారుడు (వ్రాసినాడు)రామచంద్ర రావు గారు నాకు 10–5– 1931 వ తేదీన ఒక పోస్ట్ కార్డు వ్రాసియున్నారు. తర్వాత కొద్ది కాలంలో చనిపోయి ఉంటారు.

పులవర్తి రామమూర్తిగారు

నేను హితకారిణీ స్కూల్లో చేరేటప్పటికి పులవర్తి రామ్మూర్తి గారు అక్కడ ఒక ఉపాధ్యాయులు. ఆయన పూర్వకాలం నాటి మెట్రిక్యులేషన్. ఇంగ్లీషు, లెక్కలు, తెలుగు , చరిత్ర, భూగోళం, వగైరా అన్నివిషయాలు చెప్పగల సామర్థ్యలు. ఆయనకు సంస్కృత శ్లోకాలు చాలా వచ్చును. మనిషి ఆజాను బాహువు. నుదుటను ఒక తిరుచూర్ణ రేఖ పెట్టేవారు. జరీ పిత్ టర్బన్ (Pith Turban) ధరించేవారు. పూర్వం లోపల బెండతో తలపాగా ఆకారం చేసి దానికి పైనజరీ అంచు పట్టుతో కప్పిన తలపాగాలు చెన్నపట్నం నుంచి వచ్చేవి. కాళ్లకు మేజోళ్లు, బూట్లు ధరించేవారు. పంచ కుచ్చెళ్లు లోపలకి మడిచి సైకిల్ కట్టు కట్టి లాంగ్ కోటు ధరించిసైకిల్ ఎక్కి వచ్చేవారు. వారి సైకిల్ కూడా బరువైనది. దానికి రెండు ఆడ్డు బారలుండేవి X మాదిరిగా.

ఆయనది మంచి గంభీరమైన విగ్రహము. ఆయన వైదికి అయినా మీసాలు పెట్టుకున్నారు. రామ్మూర్తి పంతులు గారు వెలనాటి వారు. మా నాన్న గారు కొవ్వూరులో మెజిస్ట్రేటుగా ఉండగా మా ఇంటి ప్రక్క వీధిలో కాపురముండేవారు. వీరి తల్లిగారు వెంకటరత్నం గారు అప్పటికే ముసలి వారు. తమ్ముడు భీమన్న ఈయన భార్య అప్పటికి చిన్నవారు. నేను చదువుకోడానికి రాజమండ్రి వచ్చేటప్పటికి ఆయనకు వెంకటరత్నం అనే చిన్న కూతురు పుట్టింది. తమ్ముడు చనిపోయాడు. నేను కాలికట్టులోనూ, బెంగళూరులోనూ చదివి మూడవ ఫారంనుంచి ఫస్ట్ ఫారం లో చేరినందువల్ల మా అమ్మ గారు రామమూర్తి గారిని నాకు ప్రైవేటు ట్యూషను చెప్పమని కోరగా ఆయన అంగీకరించారు. మేము కాపురమున్న నెప్పల్లి వారి ఇంటికి దగ్గరలో ఉన్న వేణుగోపాలస్వామి కోవెల సందులో ఉండేవారు. వీరేశలింగం గారి ఇల్లు ఆ సందులోనే ఉండేది. నేను వారింటికి వెళ్లే వాడిని. అక్కడ కొందరు పిల్లలు ట్యూషన్ క్లాస్ లో ఉండేవారు. కనపర్తి శ్రీరాములు గారి కుమారుడు సుందర రావు ఒకడు. అతడూ ఫస్ట్ ఫారమే. అతడి అన్నగారు ప్రసాదరావు 3rd. ఫారం చదువుతున్నట్లు జ్ఞాపకం. అతడు కూడా రామ్మూర్తి గారి దగ్గర చదివేవాడు. ఆయన దగ్గర చదివేవారిలో అనంతరామయ్య అనే అతడు ఒకడు ఉండేవాడు. ఇంకా కొందరు ఉండేవారు కానీ నాకు జ్ఞాపకం లేదు. ఆయన నా దగ్గర జీతం పుచ్చుకునేవారు కాదు. ఆయన చాలా చక్కగా బోధించేవారు. వివిధములైన పాఠాలలో ముఖ్యమైన విషయాలను పాయింట్లుగా చెప్పి దాని

అప్పగించమని చెప్పేవారు. ఈ పద్ధతి వల్ల పునాది బాగా గట్టి పడేది. భూగోళము చరిత్ర గురించి ఆయన చిన్న ఖరీదు గల రెండు పుస్తకాలు కూడా రచించారు. శరీర వ్యాయామం చేసి దండెములు బస్కీలులలో ఆరితేరినందు వల్ల కొందరు విద్యార్థులకు వాటిని నేర్పేవారు. కొన్ని చిత్రమైన దండెములు, నేల మీద చక్రములుగా తిరిగే పద్ధతులు మొగ్గలు నేర్పేవారు. నేను అర్భకుడను కనుక నన్ను ఎక్కువగా నిర్బంధించే వారు కాదు. . ఆయన పాఠములను ఒప్పగించకపోతే పిల్లలను 'పింజారి వెధవ' అని తిట్టడం ఆయనకు అలవాటు. ఆయన భార్య కూడా నాయందు దయ కలిగి ఉండేవారు. భూగోళశాస్త్రం చెప్పడంలో పాఠశాలలో దేశపటం లోని కొన్ని కొండలు, నదులు, ముఖ్య పట్టణము తాము పాయింటరుతో బోధించి మళ్ళీ పిల్లలను చూపించమని అడిగేవారు. తప్పిపోతే పింజారి వెధవా అని పాయింటరుతో కొట్టెవారు. 26-12-1912 తేదీన కనపర్తి శ్రీరాములు గారింటిలో మేమందరము తీయించుకున్న ఫొటో ఇప్పటికీ నా దగ్గర ఉన్నది. రామమూర్తిగారి దగ్గర ఉండగానే నేను సైకిలు ఎక్కడం నేర్చుకున్నాను. ఆయన దయతో తమ సైకిలు నప్పుడప్పుడు నాకిచ్చేవారు. అది చాలా బరువైనదైనందువల్ల ఒకటి రెండుసార్లు పడడము జరిగినది. ఒకమారు ఒక ఏటవాలు రోడ్డు మీద నుంచి పోతూండగా చాలా వేగముతో పోయినది. ఒక కావటి వాని కావిడికి త్రాడు మధ్య ముందు చక్రము చిక్కి గుడు గుడు కుంచము తిరిగినాము. కాని ప్రమాదము జరుగలేదు.

రామమూర్తి గారు చాలా కాలానికి కాషాయాంబరం ధరించి హైదరాబాదు నుంచి బెజవాడ వచ్చి ఒక పూట మాయింట్లోనున్నారు. నేను వృద్ధిలోనికి వచ్చిందుకు సంతోషించారు. అప్పటికి మా అమ్మ బాగున్నారనే జ్ఞాపకం. నాకు కొందరు పిల్లలు కూడా కలిగినారు. ఆయన వచ్చి నా ఆతిథ్యం స్వీకరించి నన్ను ఆశీర్వదించి నందువల్ల నేను ధన్యుడనైనాను. నేను కాంగ్రెస్సులో పనిచేసి రాజకీయార్థిక విషయములను గూర్చి పుస్తకములు వ్రాసినందుకాయన సంతోషించారు.

మా పాఠశాల కొత్త భవనములోకి వెళ్లిన తరువాత జోశ్యుల సాంబశివరావు గారనే ఆయన ఉపాధ్యాయులైనారు. ఆయన చాలా మంచి వారు. ఆయనకు నాఏైన చాల దయ. ఇతడు తెలివిగలవాడని ఇతరులకు చెప్పి ప్రోత్సహించే వారు. మాకు మూడవ ఫారములో చాగంటి సుబ్బారావు గారు బి.ఎ చరిత్రాధ్యాపకులుగా వచ్చారు. ఆయన ఇంగ్లీషు చరిత్రలో Font అనే అతడు వ్రాసిన పుస్తకం కాబోలు ముఖ్య భాగాలను బ్రాకెట్టుల లో పెట్టి చదవమనే వారు. చిలకమర్తి లక్ష్మీనరసింహము గారి రామచంద్ర విజయమును సంగ్రహముగా నన్ను వ్రాయమని బాగున్నదని మెచ్చుకున్నారు. ఆ కాలంలో మూడు అణాల విలువగల వడ్డాది సుబ్బారాయుడుగారి భక్త చింతామణిని నాకు బహుమతిగా యిచ్చారు(10-08-1912) ఈయన తరువాతా సబు రిజిస్టార్ గా చేసి ధనమార్జించారు.

మాకు మూడవ ఫారములో సర్ వాల్టర్ స్కాటు రచించిన John ho అనే నవలను యల్లాప్రగడ పురుషోత్తంగారు చాలా బాగా పాఠం చెప్పేవారు. ఆయన ఆ కథను ఉపన్యాస ధోరణిలో చెప్పేవారు. ఇంకా కొందరు ఉపాధ్యాయులుండేవారు.

మేము Vth ఫారం చదువుతూ ఉండగా కోరుకొండ లింగమూర్తి గారు M.A. మాకు లెక్కలు చెప్పేవారు.వారు వైశ్యులు. చాలా మంచి వారు. తెలివైన వారు. వారు కఠినంగా ప్రశ్నాపత్రం ఇచ్చారని మేమంతా పరీక్షలకు హాజరు కాలేదు. ఆయన కొంచెం బాధ పడ్డారు. "శివరావు నీకు ఇంగ్లీషులోనూ తక్కిన సబ్జెక్టులోనూ చాలా మంచి మార్కులు వస్తున్నాయి కదా లెక్కలలో ఎందుకు శ్రద్ధ తీసుకోవు? సరిగ్గా చేస్తే నీకు తప్పకుండా మంచి మార్కులు వస్తాయి" అని అన్నారు నాకు S. S. L. C లో 56% మార్కులు మాత్రమే వచ్చినవి. ఇన్నీసు పేట మెయిన్ రోడ్డు లో Arjan Book Depot అనే పుస్తకాల శాలను లింగమూర్తిగారు వారి బంధువులు స్థాపించారు. లాభదాయకంగానే ఉండేది. ఆయన అక్కడ కూర్చుని లెక్కలు చూసేవారు. కొంతకాలానికి ఆయన మా పాఠశాలలో ఉద్యోగం మానేసి అనకాపల్లి వెళ్ళి వ్యాపారం చేసి ధనార్జన చేసి అక్కడ ఒక టౌన్ హాలు, High School పాఠశాల నిర్మించారు. పాఠశాల ఆయన పేరుతో ఉన్నది అక్కడ మున్సిపల్ చైర్మన్ గా ఉన్నారు. ఇప్పటికీ వారి పేరు చెప్పుకుంటారు. నేను 1944 డాక్టర్ బెండపూడి పేర్రాజు పంతులుగారి ఇంట్లో వివాహమునకు వెళ్ళినప్పుడు ఆ సంస్థలను చూశాను. ఆయన ఒక మారు రైలులో నన్ను చూసి పలకరించారు.

ప్రయాగ వెంకట్రామశాస్త్రి గారు తెలుగు సంస్కృతములలో గొప్ప పండితులు. వీరికి మొదట ఉద్యోగం లేకపోగా చిలకమర్తి లక్ష్మీనరసింహము గారు ఆదరించి నెలకు పది రూపాయలిచ్చి కొన్ని సంస్కృత గ్రంథములు చదివించుకున్నారు. తరువాత వీరు మా పాఠశాలలో తెలుగు పండితులైనారు.

పాండిత్యంతో పాటు వీరికి మంచి నియమము నిష్ట ఉండేది. వీరు గోదావరిలో స్నానం చేసి జపం చేసుకుంటూ నిరాడంబరంగా జీవించేవారు. నేను అప్పుడప్పుడు వారి ఇంటికి వెళ్ళే వాడిని. ఆ కాలంలో నేను రాగయుక్తంగా పద్యాలు చదివే వాడిని. అప్పుడు నలోపాఖ్యానము పాఠ్య పుస్తకము. శాస్త్రి గారు క్లాసుకి రాగానే శివరావు ఏది ఒక పద్యం చదివి చెవులకు తుప్పు వదిలించు అనేవారు. 1937లో మా రెండవ మేనల్లుడు అమృత రావు విస్స అప్పారావు గారి కుమార్తెనిచ్చి రాజమండ్రి లో వివాహం జరిగినప్పుడు నేను అక్కడివారిని చూచి నమస్కరించి నేను ఫలానా అని చెప్పుకున్నాను. అప్పటికి వారు కొన్ని కాలేజీలలో తెలుగు పండితుడిగా పనిచేసినారు. వందలకొలది విద్యార్థులాయన క్రింద చదివారు. నేను జ్ఞాపకం ఉన్నానో లేదో కానీ, సంతోషించారు. తర్వాత వారు అనంతపూరు కాలేజీలో పని

చేస్తుండగా వెంకటప్పయ్య తమ్ముడు జమదగ్ని శర్మ కూడా అక్కడ ఆయన క్రింద పని చేశాడు.

మా పాఠశాలలో క్లాసులో కూర్చున్న కట్టడాలు మధ్య ఉన్న స్థలంలో ఆటలాడుకున్న పక్కనుంచి పోయే రైలు దారి, దానిమీద పోయే రైలు బళ్ళు విద్యార్థులకు కనబడుతుంటాయి. ప్రతి విద్యార్థిలోనూ పాశ్చాత్య నాగరికతా మహత్యము స్పురిస్తుంది. రాజమహేంద్రవరంలో బొమ్మలూరు మెట్ట, సారంగధరుని మెట్ట మొదలైన స్థలాలు గోదావరి నదిలోనున్న లంకలూ చూడసుందరంగా నుంటాయి. అనేక గాథలున్నవి. మూడు మైళ్ళు వెడల్పు గల గోదావరి నది మాట చెప్పనే అక్కరలేదు. ఆ నది ఒడ్డున కూర్చుంటే గంటలు నిమిషాలులాగ గడిచిపోయేవి. సామాన్యులకు కూడా ఈ ప్రకృతి సౌందర్యము వల్ల మనస్సు వికాసం పొందుతుంది. కొంచము సంగీత సాహిత్యాల మీద, లలిత కళల మీద ఆసక్తి ఉన్న వాళ్ళ మాట చెప్పాలా? రాజమహేంద్రవరం లో చదువుకున్న ప్రతి విద్యార్థికి ఈ మహానది ఒక దేవతామూర్తి లాగా తాండవిస్తుంది. ప్రతి మనుష్యుని మనసులలో గొప్ప ప్రభావములు శాశ్వతంగా ముద్ర పడుతుంది. గోదావరిని చూసిన ప్రతి పాశ్చాత్యుడూ ముగ్ధుడై దాన్ని వర్ణిస్తాడు. 1822 సెప్టెంబర్ ఒకటవ తేదీ నుండి 10 రోజులు గోదావరి వరదలలో రాజమండ్రిలో మకాం చేసిన సర్ థామస్ మన్రో దానిని గూర్చి వ్రాసినాడు. కూల్డ్రే గారు 'గోదావరి థేమ్స్' నదులను గూర్చిన గ్రంథం వ్రాశాడు. 1913 నుండి రాజమహేంద్రవరంలో కూల్డ్రే గారి దగ్గర చదువుకున్న బాపిరాజు గోదావరి గురించి ఇలా పాడాడు

"ఉప్పొంగిపోయింది గోదావరీ

తాను తెప్పున్న ఎగిసింది గోదావరీ ‖ఉ

కొండల్లు ఉరికింది కోనల్లు నిండింది

ఆకాశ గంగతో హస్తాలు కలిపింది ‖ఉ

అడవి చెట్లన్నీని జడలలో ముడిచింది

ఊళ్ళు దండలు గుచ్చి మెళ్ళోన తాల్చింది ‖ఉ

శంఖాలు పూరించి కిన్నెరీలు మీటించి

శంకరాభరణ రాగాలాపన కంఠమై ‖ఉ

వడులలో గర్వాన నడులలో సుడులలో

పరవళ్ళ త్రొక్కుతూ ప్రవహిస్తువచ్చింది ‖ఉ

నరమానవుని పనులు శిరమొగ్గు వణికాయ

కరమెత్తి దీవించి కదలికేనడిచింది ‖ఉ

గోదావరి అంటే కూల్డ్రే గారికి మహా ప్రీతి.“గోదావరి తెలుగు నది బాపిరాజు”అన్నారు. గోదావరి తెలుగు జాతికే తల్లి కృష్ణ నది అక్క గారు. ఒక జాతి కోసం ఒక నది ఉద్భవించడం అన్నిదేశాలలోను ఉంది”. అని గోదావరి నది గురించి చాలా సేపు మాట్లాడి “గోదావరి నది అందానికి ఏ నదులు సరిపోవు” అన్నారు. బాపిరాజుకు కూల్డ్రే గారు అంటే చాలా భక్తి. ఆయనను గూర్చి 1950 అక్టోబర్ నెల కిన్నెరలో ఒక గొప్ప వ్యాసం వ్రాసి మట్టి ముద్ద లాగా ఉన్న నన్ను ఒక అద్భుత కలశంగా మార్చినాడన్నాడు. దామెర్ల రామారావు, వెంకట్రావు, కవికొండల వెంకట్రావు మొదలైన వారు అందరూ కూల్డ్రే గారి శిష్యులే.

ఆ రోజుల్లో రాజమండ్రిలో హైస్కూల్ లో చదివే విద్యార్థులు, ఊళ్లో ఉన్న యువకులు, పెద్దలు, పిన్నలు కూడా కూల్డ్రే గారి గాలి సోకిన వారే. నాకు కూడా ఆయన మీద చాలా గౌరవం. కూల్డ్రే గారిని గురించి ఇంకా చాలా సంగతులు చెప్పవలసి ఉన్నది. 1916 సంవత్సరం మార్చి నెలలో నేను ఎస్.ఎస్.ఎల్.సి పాసైన తర్వాత జూలై నెలలో రాజమహేంద్రవరం ఆర్ట్స్ కాలేజీలో చేరాను. ఆ సమయంలో కూల్డ్రే గారు ప్రిన్సిపాలు. అయితే ఆయనను చెన్నపట్నం ప్రెసిడెన్సీ కాలేజీ ఇంగ్లీష్ ప్రొఫెసర్ గా ట్రాన్స్ ఫర్ చేశారు. కూల్డ్రే గారికి కాలేజీలో గొప్ప విడ్కోలు ఉత్సవం చేశారు ఆ ఫొటోలో నేను ఉన్నాను. కూల్డ్రే గారికి రాజమండ్రి వదలడం ఇష్టంలేదు. మద్రాసు వెళ్లి ట్రాన్స్ ఫరు రద్దు చేయించుకుని వచ్చారు.

నేను Fifth ఫారంలో చదువుతుండగా కాబోలు 1915లో పిఠాపురం రాజా గారు వీరేశలింగం ఆస్తికొన్నత పాఠశాల అని కొత్త పేరు దాల్చిన మా పాఠశాలను చూడటానికి వచ్చారు. వీరేశలింగం గారు, వద్దాది సుబ్బారాయుడు గారు, చిలకమర్తి లక్ష్మీనరసింహం గారు, కాలేజీ ప్రిన్సిపాల్ కూల్డ్రే గారు,లెక్చరర్లు, ఊరిలో వివిధ ప్రభుత్వ శాఖల కార్యాలయాల పెద్ద ఉద్యోగులు మొదలైన వారు వచ్చారు. పాఠశాలయొక్క మూడు (wings) వింగుల మధ్య ఉండే విశాలమైన ఖాళీ స్థలంలో సభ జరిగినది. అప్పడక్కడ నౌక ప్లాటు ఫారం మీద వీరేశలింగం గారు రచించిన హిందూ మహాజనుల మత సభ అనే ఒక ప్రహసనమును మా పాఠశాల విద్యార్థులు ప్రదర్శించారు. అందులో వివిధ మత శాఖల వారు తమ తమ శాఖల గొప్పతనమును గూర్చి చెప్పే సంభాషణ ఉంటుంది. అందులో శైవులు, వైష్ణవులు, స్మార్తులు మొదలైన శాఖలకు చెందిన పాత్రలుంటాయి. ఈ ప్రదర్శనలో నేను రామానుజాచార్యుల పాత్ర ధరించాను. ముఖమున తిరుమణి పట్టె తీర్ధనములు పెట్టి గండబేరుండపుటంచు పంచ కట్టి అలాంటి ఉత్తరీయమే వేసుకుని, ఆకుపచ్చని శాలువ తలకు చుట్టి వేదిక పైకి వచ్చి అందుకోసం నేను స్వంతంగా రచించిన ఒక పాటను ముందుగా పాడాను.“రామానుజా–రామానుజా‖ శ్రీమన్ రామానుజ తిరునాళ్లప్పుడు ధనుర్మాసమున వేకువ జామున లేచి తిరుమణి నుదుటను దాల్చి

దధ్యోదనములు మొక్కుటపుణ్యము‖తిరు నక్షత్రం లెప్పటివలెనే బాగుగ జరుపుట లెస్స బాలలోగముల దేవుని దనిపెడు వారలు వర్ధిల్లుగాత శ్రీకృష్ణుని నిరతము చింతన చేసెద‖ రామాను రామానుజ".

ఈ పాట పాడి సంభాషణ ప్రారంభించిన తర్వాత మహారాజా గారు చిరునవ్వ నవ్వారు. వీరేశలింగం గారు విరగబడి నవ్వారు. సభలో వారెవరో శభాష్ అన్నారు.నేను ఇంటికి వచ్చిన తరువాత వద్దాది సుబ్బారాయుడు గారు చాలా సంతోషించి చాలా బాగా అభినయం చేసేవోయ్ అని వీపు తట్టారు. నేను అంతకు ముందుగా గానీ తర్వాత గానీ ఎన్నడు సప్రాత నటించలేదు. నేను స్కూల్ ఫైనల్ క్లాసులోకి వచ్చినప్పుడు మా పాఠశాలలో నాలుగు డివిజన్లు చేయవలసినంత మంది విద్యార్థులు ఉన్నారు. నన్ను మరి కొంతమందిని తీసి డి డివిజనులో వేశారు. అందులోని వారిలో చాలా మంది సప్లిమెంటరీ విద్యార్థులు. అనగా అదివరకు స్కూల్ ఫైనల్ తప్పి మళ్ళీ చదువుతున్నవారు.అందులో కలమరిగిన నరసింహారావు, 'మాము' అనే వాడుకపేరగల అతడొకడు, బోడపాటి శివరామయ్య అనే ఫుట్బాల్ ఆటగాడు. కస్తూరి సోమేశ్వరావు ఒకడు.ఇంకా చాలామంది గడేకారీవాళ్లు ఉన్నారు. నన్ను A డివిజను గణితం క్లాసు వేయమని నేను హెడ్మాస్టరుగారిని ప్రార్థించాను కాని నిన్ను వేస్తే తక్కిన వాళ్లు కూడా వేయ మంటారని నిరాకరించారు. అయితే మా అదృష్టం వల్లమా డివిజనుకు గజవల్లి రామచంద్ర రావు గారు క్లాసు టీచరు అయినారు. త్వరలోనే అందువలన లాభం పొందగలిగాను. ఏమిరా నీకు ఫస్ట్ మార్క్ వస్తుంది అంట కదా అని సోమేశ్వర రావు నన్ను సంభోదిస్తు అన్నాడు. కాని అతడు గాని తక్కిన వాళ్లు గాని తరువాత మమ్ములను బాధించలేదు. స్నేహంగా ఉన్నాం. తాడూరి లక్ష్మీనరసింహం గారు కాణితివాడ జమీందారు కూడా మా తరగతిలోని వారే.

వీరేశలింగం హైస్కూల్లో మాతో చదివిన విద్యార్థులలోనూ మా ముందు చదివిన వారిలోనూ ప్రతిభాశాలురు,దేశభక్తులు తర్వాత గొప్ప కీర్తిని గౌరవమును,గొప్ప పదవులు పొందిన వారు ఉన్నారు. శ్రీ అల్లూరి సీతారామరాజు, మద్దూరి అన్నపూర్ణయ్య, దుగ్గిరాల రాఘవచంద్రయ్య బులుసు రామ సోమయాజులు మొదలైనవారు మా స్కూల్ విద్యార్థులు. హవాయి కావేరి భాయి అనే క్రైస్తవ కన్య మాతో స్కూల్ ఫైనల్ చదివినది ఆమె మొదట గ్రూపులో చేరింది మార్కులు రాలేదు అందువల్ల 16 లో హిస్టరీ గ్రూపు లో చేరి సంవత్సరం ఎస్.ఎస్.ఎల్.సి ప్యాసైనది. ఆ అమ్మాయి చాలా బుద్ధిమంతురాలు. ఆమె తాత గారు బెంగలూర్ లో ఉన్నారు. రాజమండ్రి వచ్చినప్పుడు మా స్కూల్ మాస్టర్ నాకు పరిచయం చేశారు నాలుగు ముక్కలు మాట్లాడి నాడు.

కావేరి బాయ్, నేను చదువుతుండగా ఎల్లప్రగడ పురుషోత్తం గారు మాకు ఇంగ్లీషు చెప్పేవారు Ivan Hoe గురించి లెక్చరు ఇచ్చేవారు. ఇంగ్లీష్ పేపర్ లో నాకు

నూటికి 58 మార్కులు వచ్చినవి ఆమెకు 57 వచ్చినవి. నా పేపర్లో "minus 1 $^{1/2}$ marks for shabby execution" అని తగ్గించారు. అందువల్ల ఆమెదే ఫస్ట్ మార్క్ అయినది. ఆమె ట్రైనింగ్ స్కూల్ లో ప్రధానోపాధ్యాయురాలైనది. ఆమె ఇంగ్లీషులో ఒక నవల వ్రాసినది. బ్రిటిష్ ప్రభుత్వాన్ని గడగడలాడించిన అల్లూరి సీతారామరాజు గారు మా స్కూల్లోనే చదివినారట. కాంగ్రెస్ నాయకుడై దీర్ఘ శిక్ష అనుభవించి త్యాగం చేసిన మద్దూరి అన్నపూర్ణయ్య గారు కూడా మా స్కూల్లోనే చదివారు. చీఫ్ ఇంజనీర్ గా పని చేసిన బులుసు రామ సోమయాజులు ఫస్ట్ ఫారం నుండి స్కూల్ ఫైనల్ దాకా నాతో చదివినవారే.

దుగ్గిరాల రాఘవచంద్రయ్య చౌదరి మా స్కూల్లో చదువుతున్నప్పుడే విజయనగర సామ్రాజ్యం అనే నవల కు బహుమతి వచ్చింది. వీరు మా పై క్లాసులో చదివినవారు.

బాజిన సూర్యనారాయణ అనే అతడు మాతో చదివి తర్వాత Indian Defence Forces (I D F) లో చేరిన వాడు సర్ కూర్మా వెంకటరెడ్డి నాయుడు గారు దక్షిణాఫ్రికాలో Agent General గా వెళ్లి నప్పుడు వారి పరివారములో ఇతనూ దక్షిణాఫ్రికా వెళ్ళాడు. 1928లో నేను రచించిన దక్షిణాఫ్రికాను గుర్చి ఒక సమీక్ష Modern Review లో చూసి అతడు జోహాన్స్‌బర్గ్ నుంచి నాకు పెద్ద ఉత్తరం రాశాడు.

మా హితకారిణి స్కూలు మొదట చిలకమర్తి లక్ష్మీనరసింహం గారు స్థాపించారు. తర్వాత వీరేశలింగం గారు తీసుకున్నారు. పిఠాపురం రాజా గారు కొత్త భవనాల కట్టడానికి డబ్బులు ఇచ్చిన తర్వాత వీరేశలింగం గారి పేరు పెట్టారు. మా స్కూల్ ఉపాధ్యాయులు అందరూ మంచి వారు. వారు భారతదేశ నీతి మత ధర్మముల యందు, వేషభాషలందు అభిమానం కలవారు. అందులో కొందరు వందేమాతరం ఉద్యమ ప్రభావం వల్ల గాఢమైన దేశభక్తి కలిగినవారు. గుణ శీలములు వారి విద్యా బోధన క్రమశిక్షణముల వల్లమా పాఠశాలల్లోని విద్యార్థులకు చాలా మేలు కలిగినది.

చెన్నపట్నం

నాకు చెన్నపట్నం Presidency College మొదట సీటు రాలేదు. రాజమండ్రి కాలేజీలో ఇంటర్మీడియటులో చేరాను. మద్రాస్ ప్రెసిడెన్సీ కాలేజీలో ఆలస్యంగా తరువాత సీటు వచ్చింది మా బావగారు ప్రెసిడెన్సీ కాలేజీ ప్రిన్సిపాలుకు వ్రాయగా నాకు సీటు వచ్చింది.Presidency College చేరడానికి 1916 జులై నెల అంతరంలో చెన్నపట్నం వెళ్ళాను. అంతకు పూర్వం 1912 నుండి మా బావగారు పూర్ణయ్య గారు మద్రాస్ సెంట్రల్ టెలిగ్రాఫ్ ఆఫీస్ లో పని చేస్తూ ఉన్నందువల్ల నేను వేసంగి శెలవుల్లో లోనూ డిసెంబర్ శెలవలోనూ చెన్నపట్నం తరచుగా వెళ్ళే వాడిని అందువల్ల నాకు చెన్నపట్నం కొత్త కాదు.

బావగారు బొడ్డపాటి పూర్ణయ్య గారు కచ్చాలేశ్వర అగ్రహారంలో కాపురం ఉన్నారు. నేను వారి ఇంట్లోనే ఉండి ఇంటర్మీడియటు చదివాను. 1918లో వారికి బొంబాయి ట్రాన్స్ఫరు అవ్వగా నేను విక్టోరియా హాస్టల్లో ఉండి చదివి 1920లో బి.ఏ ప్యాసైనాను. 1920 నుండి బ్రాడ్వేలో యూనివర్సిటీ క్లబ్బులో భోజనం చేస్తూ వేరే గదిలో కాపురం ఉండేవాడిని. 1922 మార్చి నెలలో జరిగిన బి.యల్ పరీక్ష లో బి.యల్ ప్యాసైనాను. ఇలాగ 1916 నుండి 1922 దాకా చెన్నపట్నం లో ఉన్నాను.

చెన్నపట్నం రాజధాని నగరమైనందు వల్ల అక్కడ తెలుగు అరవము, కన్నడ, మలయాళ ప్రాంతాల జనులు వివిధ భాషలు విశాలమైన వీధులు నగరంలో ట్రాములు మోటార్లు మున్సిపల్ పరిపాలన విధానం వివిధ కచేరీలు పెద్ద పెద్ద అంగళ్ళు గల బజారులు విద్యుద్దీపాలు కొత్తవారికి దిగ్భ్రమ కలిగిస్తాయి.

మ్యూజియం, పీపుల్సు పార్కులు. జంతుశాల, సముద్రము ఒడ్డున గల మీను వీడు అనే మత్స్యప్రదర్శనాగారము చూస్తే కొంత విజ్ఞానము కలుగుతుంది. వివిధ భాషల వారి మర్యాదలు, పద్ధతులు మనకు విశాల భావాలు కలిగిస్తాయి. అన్నిటికన్నా ముఖ్యంగా ఎనిమిదిమైళ్ళ పొడుగున పట్నానికి ఉత్తర దక్షిణాలుగా ఉన్న సముద్రము.

చెన్నపట్నంలో ఉన్నవారికి రాజమహేంద్రవరం వస్తే ఎలాంటి అనుభవం కలుగుతుందో రాజమహేంద్ర నుంచి మద్రాసుకు వచ్చిన వారికలాంటి అనుభవం కలుగుతుంది. అక్కడి ప్రజలు వివిధ వృత్తుల వారు బిల బిల లాడుతూ పొద్దున్నుంచి సాయంత్ర దాకా తమ తమ పనులలో మునిగి తేలుతూ ఉంటారు. రాజమండ్రీ, కాకినాడ మొదలైన ప్రాంతాలలో చదివే విద్యార్థులకన్నా చెన్నపట్నంలో చదివే విద్యార్థులకు గొప్ప

లోకజ్ఞానం, స్వయం సహాయ పద్ధతులు ధైర్యసాహసాలు అలవడతాయి. వారిలో వారికి గ్రంథ పఠనం ఆసక్తి ఉంటుంది అనేక సంగతులు అనేక సంస్కృత సాహిత్య సభలు రాజకీయ సభలు జరుగుతూ ఉన్నందున వారికి అనేక వ్యవహారాలు తెలుస్తాయి.

నేను రాజమండ్రిలో ఉన్నప్పుడు వీరేశలింగం గారి పుస్తకాలు, చిలకమర్తి లక్ష్మీనరసింహం గారి గ్రంథాలు ఇంకా ఇతర గ్రంథాలు గ్రంథాలయాల నుండి తెచ్చి చదివేవాడిని. అప్పుడే ప్రచురితమవుతున్న వేదం వెంకట రాయశాస్త్రి గారి కథా సరిత్సాగరం కూడా చదివాను. ఆ కాలంలో నాకు దొరికిన పుస్తకాలన్నీ చదివాను.

రాజమండ్రీ నుండి చెన్నపట్నం తరచుగా వెళుతూ ఉన్నందువల్ల, మా బావ గారు పూర్వకాలం మెట్రిక్యులేషన్ పాసై ఇంగ్లీషు సాహిత్యంలో చాలా ఆసక్తి గల వారు అయినందువల్ల నాకు సులభంగా అర్థమయ్యే ఇంగ్లీష్ పుస్తకాలు చదవమని ప్రోత్సహించేవారు. నేను రాజమండ్రిలో ఉన్నప్పుడే Robinson Crusoe, Gulliver's Travels వగైరాలు నాకు మా బావగారు కొని యిచ్చినందువల్ల చదివాను. Lambi tales from Shakespeare, వల్ల ఆ కవి గొప్పదనం రుచి చూశాను. మా నాన్నగారు ఒక గ్రంథాలయం నుండి సుప్రసిద్ధ స్పానిష్ గ్రంథకర్త Cervantes రచించిన Don Quixote అనే గొప్ప గ్రంథం తెచ్చి ఇచ్చి చదవమన్నారు. లలిత హాస్యమంటే ఏమిటో నాకు తెలిసింది. ఆయన ఇంకా నా చేత అనేక పుస్తకాలు చదివించారు. క్రమక్రమంగా స్కాట్ నవలలు, డికెన్సు నాకు ఆసక్తి కలిగింది. మా కాలేజీ లైబ్రరీ చాలా గొప్పది. అందులో వారానికి నాలుగు గంటలు లైబ్రరీ పీరియడు. ఆ సమయంలో Fiction తప్ప ఇతర సాహిత్య గ్రంథాలు ఏమైనా చదువుకో వచ్చును. నేను చాలా పద్య గ్రంథాలు వగైరాల చదివాను. మంచి విలువైన బైండింగులో ప్రకటించబడిన డికెన్సు నావల్సు ఇంటికి తెచ్చి చదివేవాడిని. ఈ విధంగా ఇంగ్లీష్ సాహిత్యాల్లో అభిరుచి కలిగినది. కాలేజీలో మాకు Mark Hunter గారు షేక్స్పియర్ నాటకంలో Merchant of Venice జూనియర్ ఇంటర్మీడియట్ లోనే పరిచయం చేశారు. Rhetoric బోధించేవారు క్రమక్రమంగా షేక్స్పియర్ నాటకాలు చదివి Variorum Editions of Shakespeare కూడా చదవటం అలవాటైంది. మా కాలేజిలోని ప్రొఫెసర్లు చాలా బాగా బోధించేవారు నాలుగు సంవత్సరాల్లో నాకు ఇంగ్లీష్ లో మంచి ప్రవేశం కలిగింది. English Man of Letters అనే గ్రంథమాలలో ఆంగ్లేయ కవుల జీవితములు, రచనలు విమర్శలు చక్కగా వివరించబడినవి. Humar, Satire అనే ప్రత్యేక గ్రంథాలలో ఆయా సాహిత్యం వివరణ విమర్శలు ఉన్నవి. ఇంగ్లీష్ కవిత్వం గూర్చిన సాహిత్య విమర్శలకు లెక్కలేదు. షేక్స్పియర్ నాటకాలు గూర్చి గొప్ప విద్వాంసుల విమర్శ గ్రంథాలు వ్రాశారు. Moultan Bradhy మొదలైన విమర్శకుల గ్రంథాలు అప్పటికీ ఇప్పటికీ రసజ్ఞులు చదివి ఆనందిస్తారు. ఆనాటి

నుండి నేటి వరకు ఇలాంటి విమర్శ గ్రంథాలు వెలువడుతునే ఉన్నవి. ఇవిగాక షేక్ స్పియర్ జీవిత కాలము, ఆయన రచనలను గూర్చిన పరిశోధన గ్రంథాలు ఇప్పటికీ వస్తూనే ఉన్నవి. ఎప్పటి కప్పుడు ప్రెసిడెన్సీ కాలేజీ లైబ్రరీలో కొత్త పుస్తకాలు చేరుస్తూ ఉండేవారు

మా లైబ్రరీ పీరియడ్ లో ఇలాంటి గ్రంథాలను చదివి నోట్సు రాసుకునే వాడను. దీనివల్ల సంవత్సరాంతము నాటికి సాహిత్య విమర్శను గూర్చి చిన్న చిన్న గ్రంథాలే తయారయ్యాయి. ఇలాగే హిస్టరీ లైబ్రరీ పీరియడ్ లో ప్రతి విద్యార్థి రెండు గంటల సేపు ప్రపంచంలోని ఏ దేశ చరిత్ర గ్రంథమైన చదువుకొని నోట్స్ వ్రాసుకోవచ్చు. మాలో కొందరు విద్యార్థులు తమ కాలమును వృధా పోనివ్వక గ్రంథాలు, ఉద్గ్రంథాలు చదివి నోట్సు రాసుకునేవారు. దీని వల్ల సంవత్సరాంతమగు నాటికి చరిత్రకు గానీ అర్థశాస్త్రమున కు గానీ సంబంధించిన విశేషాలు చిన్న గ్రంథాలుగా తయారయ్యేవి. నేను కూడా హిందూ దేశచరిత్ర 2-3 సంపుటలు తయారుచేశాను. దురదృష్టవశాత్తు చెన్నపట్నం నుంచి బెజవాడకు తీసుకు వస్తుంటే మిత్రుడొకడు ఇతర పుస్తకాలతోపాటు ఈ పుస్తకాలను కూడా పారవేశాడు.

మా కాలేజీ ప్రిన్సిపాలు H.J. Allen గారు. 19015–20 మధ్య ప్రిన్సిపాలు. ఆయన గొప్ప ప్రతిభాశాలి కాకపోయినా 1894–1920 మధ్య చాలా సంవత్సరాలు చరిత్ర ప్రొఫెసరుగా చరిత్ర బోధించిన వాడైనందువల్ల ఆయన చరిత్రను గూర్చి ఉపన్యాసంలో కొన్ని విశేషములు ఉండేవి. పూర్వం నుంచి ఒక నోట్ బుక్ లో ఒక పక్కనే చరిత్ర నోట్స్ వ్రాసికొత్త అంశం కనపడినప్పుడు రెండో పుటలో వ్రాసేవాడు. ఈ పద్ధతిని కొందరు విద్యార్థులు కూడా అవలంభించారు. ఆయన పేర మా కాలేజిలో ఒక బహుమతి నెలకొల్పడం జరిగింది.

ఎం.ఎ.క్యాండెత్ గారు మలయాళీ నాయర్ కుటుంబం వాడు. శంకర న్నాయర్ గారి అల్లుడు. ఆయనను కండెత్తన్ మాధవన్నాయర్ అనేవారు. ఇంగ్లాండులో కేంబ్రిడ్జిలో బి ఎ చదివి ఎల్ ఎల్ బి ప్యాసి బారిస్టరు ప్యాసి వచ్చి ప్రసిడెన్సీ కాలేజీలో అడిషనల్ ప్రొఫెసర్ పదవిలో 1914 లో చేరాడు. అప్పటికి అదే దేశీయుల కిచ్చే పెద్ద హోదా. అదైనా శంకర నాయరుగారి అల్లుడు అయినందువల్ల ఇచ్చారు. 1920 వరకు ఎడిషనల్ ప్రొఫెసర్ గా ఉండి 1920–27 మధ్య ప్రొఫెసర్ గా ఉన్నాడు. చాలా తెలివైనవాడు స్నేహపాత్రుడు. పైగా దేశభక్తుడు. పైకి ఏమీ తెలియనట్లు ఉండేవాడు. ఆయన ఇరోపా దేశ చరిత్ర బోధించేటప్పుడు ఇంగ్లాండు, ఫ్రాన్స్ దేశముల మంచి చెడులను గూర్చి అక్కడి రాజకీయ నాయకుల మంచిచెడ్డలు, ఆ దేశాలలో రాజకీయ విశేషాలు కళ్ళకు కట్టునట్లు విద్యార్థల మనసులలో నాటుకున్నట్లు ఉపన్యసించే వాడు. విడి కాగితముల మీద చరిత్ర అంశాలను వ్రాసుకొని వచ్చేవాడు. ఆ కాగితపు బొత్తి రోజూ తెచ్చేవాడు. మధ్య మధ్య చరిత్రాంశాలను

గూర్చిన విశేషాలను అప్పడికప్పుడు మంచి భాషలో చెప్పేవాడు. నేపోలియనును గూర్చి చెబుతూ, విక్టర్ హ్యూన్స్ గో(హ్యూగో), అలెగ్జాండరు డ్యూమాస్ గార్ల నవలలనుండి, అబ్బుట్టారి నెపోలియన్ జీవితము నుండి రసవత్తరమైన ఘట్టములు చెప్పేవాడు. ఐరోపాలో ఏ యుద్ధం జరిగినా అది ముగిసిన తర్వాత జరిగే షరతులు ఫ్రాన్సుకే లాభకరంగా ఉండేవని దానికి కారణం అక్కడి రాజకీయ నాయకులు ప్రతిభాశాలురైయ్యుండుట యనీ. ఇంగ్లండు,ఫ్రాన్సు దేశాలలో కొన్ని శతాబ్దాల నుండి రాజకీయ నాయకులు వంశపారంపర్యంగా ప్రఖ్యాతి వహిస్తారనీ ఆయన ఐరోపా చరిత్ర లోని విశేషాలు చెప్తూ ఉంటే స్వతంత్ర భారతదేశ చరిత్ర దానంతట అది మా మనసులో ప్రత్యక్షమయ్యేది. ఒకప్పుడు ఆయన చరిత్ర బోధలో తన్మయుడై కవిత్వం వలె ఉపన్యసించే వాడు.

మాలో కొందరికి భారతదేశ చరిత్ర పై రుచి కలగటానికి ఆయనే కారణం అని చెప్పాలి. ఆయన 1927లో అకాలమరణం పొందాడు. ఈయన స్మారకంగా ఏర్పాటుచేసిన బహుమతికి నేను వెంకటప్పయ్య విరాళములు పంపించాము. ఎస్ టి ఎస్ సుబ్రహ్మణ్య అయ్యర్ ఎం.ఏ., ఎల్. టి గారు టెంపరరీ ప్రొఫెసర్ ఆఫ్ హిస్టరీ (1915–20)పొట్టిగా ఉండేవాడు. క్యాండెత్త్ గారి ప్రక్కనున్న గదిలో ఉండి అంగలు వేసుకుంటూ క్లాస్ లోకి వచ్చేవారు. రోమన్ హిస్టరీ చెప్పేవారు. ఆయన కూడా అప్పుడప్పుడు రోమ్ సామ్రాజ్య చరిత్రలోని ఉత్తమ ఘట్టాలను ఉత్తమ నాయకుల గురించి ఉపన్యాసం ఇచ్చేటప్పుడు తన్మయత్వం పొందేవాడు. ఆయనను మేము 'టైబిరియస్ టెంపోనియస్' సుబ్రహ్మణ్యం అని సరదాగా పిలిచే వారము.

టి. కె. దొరస్వామయ్యర్ ఎం ఏ., ఎల్.టి, గ్రీకు హిస్టరీ చెప్పేవారు. గ్రీసు దేశ చరిత్రను గూర్చి .... రచించిన పెద్ద పుస్తకము ఆయనకు కరతలామలకంగా ఉండేది. ఆయన గ్రీసు దేశ నాగరికతను గూర్చి ఆ దేశ రాజకీయాలను గూర్చి ఉత్సాహంతో ఉపన్యసించడములో ఒక గొప్ప వీర గాధను వర్ణించే మహాకావ్యము చెపుతూ ఉన్నట్లు ఉండేవి

ఈ దొరస్వామయ్యర్ గారు అసిస్టెంట్ ప్రొఫెసర్ మాత్రమే. తరువాత అర్ధ శాస్త్రమును గూర్చి గ్రంథమును రచించాడు 1927– 30 మధ్య అర్ధ శాస్త్ర ప్రొఫెసర్ అయినారు వి. రంగాచారి ఎం.ఏ ఎల్.టి అనే ఆయన చరిత్ర శాఖ లో ఇంకొక అసిస్టెంట్ ప్రొఫెసరు. ఈయన మాకు ఎప్పుడు ఏ పాఠం చెప్పలేదు. లైబ్రరీ పీరియడులో విద్యార్థులు మాట్లాడకుండా కుర్చీలో కూర్చునే వారు. ఆయన భారతదేశ చరిత్ర పరిశోధకుడు అని తరువాత తెలిసింది. కొంతకాలం రాజమండ్రిలో ఉన్నాడు 1928– 36 మధ్య ప్రెసిడెన్సీ కాలేజీలో ఇండియన్ హిస్టరీ ప్రొఫెసర్ అయినాడు. రంగాచార్యులు గారు చాలా మంచివారు. మా క్లాసు లో సుందరాజన్ అనే విద్యార్థి ఒక రోజున అగరువత్తి వెలిగించి

క్లాసులో పెట్టాడు. రంగాచార్యులు గారు వచ్చి క్లాసు రూమును శోభనం గదిగా చేశారా అని చమత్కారంగా నవ్వుతూ అన్నారు. మేమంతా గొల్లు మన్నాము.

డి ఎన్ ఏకాంబరం మొదలియార్ ఎం.ఎ., యల్.టి అసిస్టెంట్ ప్రొఫెసర్ గా వచ్చారు. మాకు ఇండియన్ హిస్టరీ బోధించేవారు ఆయన Vincent Smith లోని వాక్యములు మార్చి చెప్పేవారు. జైనులలో ఏకాంబరులు దిగంబరులు ఉన్నారని నేను క్లాసు పరీక్షలో పొరపాటున వ్రాయగా ఆయన నవ్వుతూ క్లాసులో వినిపించారు. ఆ కాలంలో ప్రెసిడెన్సీ కాలేజీ, క్రిస్టియన్ కాలేజీ ప్రొఫెసరులు అప్పుడప్పుడు ఇంటర్ కాలేజియేట్ క్లాసులనే తరగతులను నడిపేవారు. అవి బి.ఏ ఆనర్స్ విద్యార్థులకు కోసం ఏర్పడినవి. ఇంగ్లీషు, చరిత్ర మొదలైన సంయుక్త తరగతులు కూడా ఉండేవి. దీనివల్ల విద్యార్థులు ఇంకొక కాలేజీ ప్రొఫెసరుల ప్రతిభ తెలుసుకొనడానికి, కొత్త పద్ధతులు నేర్చుకోవడానికి వీలు పడేది. మేము ఇంటర్మీడియట్,

బి.ఏ క్లాసులో చదువుతూ ఉండగా మద్రాసు యూనివర్సిటీ ప్రొఫెసర్లు సెనేట్ హౌస్ లో ప్రత్యేకముగా University Lectures అనే ఉపన్యాసములు ఇచ్చేవారు. ఆ ఉపన్యాసములిచ్చిన వారిలో Dr. S.Kuppuswami Iyengarచరిత్ర పరిశోధకులు. చాలా గ్రంథాలు రచించినవారు. అర్థశాస్త్రమును గూర్చి ఉపన్యాసం ఇచ్చిన వారిలో Dr. Gilbert Slater అనే ప్రొఫెసర్ చాలా ప్రముఖులు. K.V రంగస్వామి అయ్యంగారు మొదలైన వారు కూడా ఉపన్యాసం ఇచ్చేవారు. నేను కొన్ని ఉపన్యాసములకు హాజరైనాను.Sources of History of Vijayanagara తయారు చేసినది రంగస్వామి సరస్వతి అనే ప్రతిభాశాలి అయినప్పటికీ అది Dr. S Kuppuswami Iyengar పేరుతో ప్రకటింపబడినది.

Mark Hunter

మా కాలేజీలో 1912–1915 వరకు అడిషనల్ ఇంగ్లీష్ ప్రొఫెసర్ గా ఉండి 1915–1918 వరకు ప్రొఫెసర్ గా ఉన్నాడు. ఆయన ప్రతిభాశాలి. జూనియర్ ఇంటర్మీడియట్ లోనే Merchant of Venice చెప్పి షేక్ స్పియర్ నాటకాలను చూపించేవాడు. Rhetoric కూడా బోధించేవాడు. ఆయన తర్వాత H.C Papworth M.A (1918–1920)అంత ప్రతిభాశాలి కాకపోయినా మంచివాడు. అతడు కూడా షేక్స్పియర్ నాటకాలు బోధించేవాడు. కొన్నాళ్ళు D. I. Painter ICS (1918–19) ఆడిషనల్ ప్రొఫెసరుగా వచ్చాడు. ఆయనకు ఐ. సి. ఎస్. లో ఖాళీ లేనందున మా కాలేజీలో ఉద్యోగం ఇచ్చారు అనుకునేవారు. ICS వర్గం వాడైనా ఇంగ్లీషు సాహిత్యంలో గొప్ప అభిరుచి కలవాడు. అతడు చెప్పిన కొద్ది కాలము బాగానే చెప్పేవాడు. అతడు మంచివాడు. మా పట్ల దయగా ఉండేవాడు. చిరునవ్వు నవ్వేవాడు. మేము కాలేజీలో చేరేటప్పటికి శ్రీ దిట్టకవి సుబ్రహ్మణ్య శర్మ గారు(SriD.S. Sarma M.A., L.T ఇంగ్లీషు శాఖలో) జూనియర్ ప్రొఫెసర్ (1916–1920). ఈ ఉద్యోగాన్ని పూర్వం ఇంగ్లీషు దొరలకు ఇచ్చేవారు. తరువాత దేశీయులకివ్వడం ప్రారంభమైంది. మొదట S.E.రంగనాథం అనే క్రిస్టియన్ కి ఇచ్చారు తర్వాత శర్మ గారికి ఇచ్చారు. శర్మ గారు చాలా తెలివైనవారు. మితభాషి. గంభీరుడు మాకు Sahrab and Rustru చెప్పేవారు. ఆయన తెలుగు కొంచెం యాసతో మాట్లాడే వారు. క్షౌరం చేయించుకుని దౌత వస్త్రములు, పట్టు కోటు గ్లాస్కో తలపాగ పెట్టుకొని మణిపూసల గా ఉండేవారు. శర్మగారు కొంతకాలానికి రాజమండ్రి కాలేజీకి ప్రిన్సిపాల్ అయ్యాడు. పించను తీసుకున్న తరువాత మద్రాసు లో వివేకానంద కాలేజీ ప్రిన్సిపాల్ గా పనిచేశారు. అనేక గ్రంథాలు రచించారు.

పైన చెప్పిన S.Eరంగనాథన్ (Samuel Edward Ranganadhan) చిత్రమైన మనిషి M.A., L.T. ఇంగ్లాండు వెళ్ళి వచ్చిన తర్వాత "We in England"అనడం ప్రారంభించాడు. చామనఛాయ మనిషి. హిట్లరు మీసములలాగ మీసములుంచుకుని తన పంట్లాము ఎక్కడ మాసి పోతుందేమో అన్నట్లు ఎడముగా కాళ్ళు పెట్టుకుని కూర్చునేవాడు. ఇంగ్లీష్ పట్టి పట్టి మాట్లాడే వాడు. ఒక మారు ఇంటర్ బిఎ ఆనర్స్ విద్యార్థులందరినీ ఇంగ్లిష్ లెక్చర్ హాల్లో Macbeth లోని ఒక ఘటన ఉచ్చరించడములో పోటీ పరీక్ష పెట్టి తర్వాత తను ఉచ్చరించి లోపాలను చెప్పాడు. మాలో చాలామంది Macbeth అనే పేరును success అనే మాటను తప్పుగానే ఉచ్చరించేవారము. (సక్సేస్ అనాలట)

రంగనాథం గారు మొదట జూనియర్ ప్రొఫెసరైనా కాలంలో 1919–20 టెంపరరీ ప్రొఫెసరై నాడు తరువాత ఎడిషనల్ ప్రొఫెసర్ అయినాడు. ఆయనకు ఎలా కలిగిందో, ఇంగ్లాండులో దొరల దగ్గర పలుకుబడి కలిగినందువల్ల High Commissioner for India పదవిని పొందాడు. రంగనాథం గారిని మాటల్లో మేము అనుకరించే వాళ్ళము. ఈయన కొంతకాలానికి ఇంగ్లాండ్లో పెద్ద ఉద్యోగం చేశారు.

M.R. రాజగోపాలం అనే అయ్యంగారు ఇంగ్లీషు అసిస్టెంటు ప్రొఫెసరు. ఈయన నామములు, గరుడ ముక్కు ప్రతిభావంతమైన బోధన విధానం ఇప్పటికీ జ్ఞాపకం వస్తాయి. ఈయన Adddison Coverty Papers బోధించడంలో మాకు అనేక విశేషాలు చెప్పేవాడు. ("give the wall" అనగా గోడ కన్నా పొడిగా ఉండేదారి ఇవ్వడం) మేము కాలేజీ వదిలిన కొంతకాలానికి ఈయన జూనియరు ప్రొఫెసర్ అయినాడు. ఈయన పేర ఒక బహుమానం కూడా ఏర్పాటు చేశారు.

తరువాత సర్ బిరుదు పొందిన రాధాకృష్ణనన్ గారు 1916–17 మా కాలేజీలో లాజిక్ మొరల్ ఫిలాసఫీ అసిస్టెంట్ ప్రొఫెసరు. 1917 లో A. చక్రవర్తి గారు రాజమండ్రి నుంచి ఇక్కడికి బదిలీ చేశారు. రాధాకృష్ణ గారక్కడున్నారు.

శ్రీ పోతరాజు నరసింహ పంతులు గారు మా కాలేజీలో ఫిలాసఫీ శాఖలో సహాయ ప్రొఫెసర్ గా ఉండేవారు. వీరు చాలా సొమ్ములు. C.V.V యోగ సందర్భంలో ప్రసిద్ధులై గ్రంథాలు వ్రాసారు. వీరు కారా కిల్లినమిలే వారు. వివేకానందుని మాదిరి తలపాగా చుట్టెవారు సి వి వి శిష్యుడు

1914– 1935 మధ్య S. Kuppuswami Sastri garu ప్రెసిడెన్సీ కాలేజీలో సంస్కృత ప్రొఫెసరు. వీరు ప్రాచ్యలిఖిత పుస్తక భాండాగారమునకు క్యూరేటర్ గా ఉండేవారు. అనేక గ్రంథాలు వారి పేరుతో ప్రకటింప బడినవి. తంజావూరు సరస్వతీ మహల్ గ్రంథముల జాబితా తయారు చేసిన వారు కురుగంటి సీతారామయ్య గారైనా అదివీరి పేరుతో ప్రకటించబడినది.

ఆంధ్ర వాల్మీకి వాసుదాసు అనే పేరు పొందిన శ్రీ వావిలికొలను సుబ్బారావు గారు 1904– 1920 మధ్య మా కాలేజీలో తెలుగు పండితులు. ఆ కాలంలో మహామహోపాధ్యాయ వి. స్వామినాథ అయ్యరు గారు తమిళ పండితులు. శ్రీ శివ శంకర శాస్త్రి గారు కన్నడ పండితులు. కన్నప్ప అనే అతడు మా కాలేజీ లో ఒక అసిస్టెంటు ప్రొఫెసరు. చాలా మంచివాడు. మీ ఆంధ్రదేశంలో ఆడవాళ్ళు చుట్టలు కాలుస్తారుఅని అన్నాడు. తక్కువ కులాల వారు కాలుస్తారని మేము చెప్పాము. K.Amritha Rao M.A. ఆయన కూడా ఒక అసిస్టెంట్ ప్రొఫెసరు. ఈయన మాకు కొన్నాళ్ళు ట్యూటరుగా వచ్చారు. నేను బొంబాయి వెళ్ళినప్పుడు ఆయనకు దర్శనం కొని తెచ్చాను. నా మీద దయగా

ఉండేవారు. ఈ అధ్యాపకులతో పాటు మాకు ఇంగ్లీష్ లైబ్రరీ క్లాసులో సూపర్ వైజర్ గా ఉండేవారు. మా కాలంలో తనికెళ్ళ వీరభద్రరావు గారు కొంతకాలం ఇంగ్లీషు అసిస్టెంటు ప్రొఫెసర్ గా వచ్చాడు ఈయన హంటరుకు ప్రియశిష్యుడు. తెలివైన వాడని పేరుపొందాడు. తెలుగులో కూడా వ్యాసాలు వ్రాశాడు. ఉస్మానియా యూనివర్సిటీలో ఇంగ్లీష్ ప్రొఫెసరై Public Service Commission సభ్యుడై అక్కడ స్థిరపడినాడు. ఈయన సోదరుడు తనికెళ్ళ రామకృష్ణారావు చాలా ప్రతిభాశాలి. అకాల మరణం పొందాడు. వీరభద్రుడు గారు ఒకమారు ప్రైవేట్ క్లాస్ పెడితే మేము ఇష్టపడలేదు. సిరిగురి హనుమంతరావు గారనే మాధ్వ బ్రాహ్మణ యువకుడు ఎం ఏ అసిస్టెంట్ గా వచ్చాడు. ఈయన Alden గారి శిష్యుడు. ఆయన వల్లనే ఒక పేజీలో నోట్స్ వ్రాసేవాడు Constitutional History బోధించేవాడు. ఈయన సన్నగా ఉండేవాడు తొట్టి వైద్యం చేసేవాడని అభిప్రాయపడ్డాము. ఈయన తమ్ముడు సిరిగూరి జయ రావుగారు ప్రతిభాశాలి తెలుగులో కొన్ని పద్యాలు వ్రాశాడు. హనుమంతరావు గారు హైదరాబాదులో హిస్టరీ ప్రొఫెసర్ అయినారు.

ఆంధ్ర వాల్మీకి శ్రీ వావిలికొలను సుబ్బారావు గారు

శ్రీ ఆంధ్ర వాల్మీకి వావిలికొలను సుబ్బారావు పంతులు గారిని గూర్చి ప్రత్యేకంగా ప్రాయాలి. వీరు మాకు తెలుగు కాంపోజిషన్ మాత్రం భోధించేవారు. ఆ కాలంలో హిస్టరీ గ్రూపు వారికి గాని తక్కిన గ్రూప్ వారికి గాని కాంపోజిషన్ తప్ప తెలుగులో ఇతర పాఠ్య విషయాలు లేవు. వారి క్లాసులో తెలుగు విద్యార్థులలో కొందరు అరవ వాళ్ళు కూడా ఉండేవారు. అందులో రామస్వామి అనేవాడు ఒకడు. వారు 1904 నుండి 1920 వరకు ప్రెసిడెన్సీ కాలేజీలో పని చేసిన కాలంలో వివిధ ప్రాంతాల తెలుగు విద్యార్థులు చేసే తప్పులను తమ సులభమైన వ్యాకరణం, వ్యాసపరిచ్చేదం లో ఉదహరించారు. మేము కూడా అలాంటి తప్పులేచేసేవారం. సుబ్బారావు గారు మహానుభావులు. పవిత్ర శీలురు. సంస్కృత వాల్మీకి రామాయణం అనేక సార్లు పారాయణం చేసి, చాలా పట్టాభిషేకములు చేసి ఆంధ్ర వాల్మీకి రామాయణమును రచించారు. దానికి మందరమనే గొప్ప వ్యాఖ్యానము రచించారు. మేము చదువుతున్న కాలములోనే వారు ఆ వ్యాఖ్యానము ప్రాస్తున్నారు. శ్రీ కృష్ణ లీలామృతము, సతిహిత చరిత్ర, పతిహిత చరిత్ర, ఆర్య మొదలగునవి. ఆర్య కథానిక ఆరు భాగములు, సులభ వ్యాకరణము 3 భాగములు మొదలైన గ్రంథాలెన్నో రచించారు. సుబ్బారావు గారికి భార్య పిల్లలు లేరు. తెల్లవారుజామున లేచినది మొదలు భగవదారాధనమే వీరి కార్యక్రమము. పెందలకడనే భోజనం చేసి దగ్గరలో రాజా హనుమంత లాలా సందులో ఉన్న శ్రీరామ మందిరము నుండి కాలేజీకి వచ్చి సాయంత్రం వరకు పనిచేసి ఇంటికి వెళ్లి భగవదారాధన చేసేవారు. చివరకు వారు సన్యాసాశ్రమం స్వీకరించి దేశంలో పర్యటించి భజనలు చేయించి అనేక మందిని తరింపజేసి వారు తరించారు.

సుబ్బారావుగారు నిరాడంబరులు పిల్లల యెదల చాలా దయ గల వారు. వారు నల్లగా ఉండే వారు. శుష్మించిన శరీరం. వారికి పండ్లు ఊడిపోయినవి. దగ్గు ఉండేది. కనుగుడ్లు కొట్టవచ్చినట్లు ఉండేవి. ముఖమున నామము పెట్టుకొని కోటు తొడిగి తలపాగ పెట్టుకనేవారు. మా క్లాస్ లోని విద్యార్థులు ప్రాయు తప్పులను చూపించి నవ్వే వారు. వివిధ మండల విద్యార్థులు ప్రాసే తప్పులను వివరించారు. ఎవరైనా వారి దగ్గరకు వచ్చి నీతి మత ధర్మములను గూర్చి గాని పురాణేతిహాసములు అడిగితే చాలా ఆప్యాయంగా చెప్పేవారు. తమ పుస్తకాలను ముందుగా చదివి ఇంకా కలిగే సందేహాలను అడిగితే చెబుతానేవారు.

ఆయనకు ప్రేమికుడైన కీర్తిశేషులు కొత్తపల్లి పద్మనాభ శాస్త్రి మా ఆశ్రితుల కుటుంబంలోని వాడు. మా అన్న గారితో కలిసి మా మేనత్త గారి కుమారుడును మద్రాసు హైకోర్టు వకీలు, బ్రహ్మజ్ఞానియైనైన శ్రీ తల్లాప్రగడ సుబ్బారావు గారి ఇంట్లో ఉండి చదువుకున్నాడు. అందువల్ల వానికి మా కుటుంబ సంగతి తెలుసు. నేను వారి ఇంటికి తరుచుగా వెళ్లి వారినినేక సంగతులు అడిగి తెలుసుకునే వాడిని. వారికి నా మీద చాలా దయ కలిగినది. వారిపట్ల మా కాలేజీ లోని ఇతర అసిస్టెంట్ ప్రొఫెసరులకు చాలా గౌరవం ఉండేది . కె అమృత రావు గారు అనే కన్నడ ప్రాంతపు వారికి ఆయన పట్ల గురు భావం. నేను వారికి బొంబాయి నుంచి దర్బాసనము.తెచ్చి ఇచ్చాను. నాకు ఎన్నో సంగతులు బోధించారు. మేము బి.ఎ సీనియర్ చదువుతుండగా వారు ఉద్యోగం నుండి పించను పుచ్చుకొనుట తటస్థించింది. అప్పుడు 21– 02–1920 తేదీన ఒక వీడ్కోలు సభ జరిగినది. నెమలి పట్టాభి రామారావు గారు, రామారాయం గారు మొదలైన వారు వచ్చారు. కాలేజీ ప్రొఫెసర్లు, ప్రిన్సిపాల్ వగైరాలు ఉన్నారు నేను కూడా మాట్లాడినాను సుబ్బారావు గారు మా కాలేజీ ఆంధ్ర భాషాభివర్ధని సమాజమునకు గౌరవాధ్యక్షులు. ఆ సమాజము పక్షమున ఆంధ్ర వాణి అనే మాసపత్రిక నడిపేవారు. దానికి నేనే సంపాదకుడిగా ఉన్నాను. ఎన్ని ఆటంకములు వచ్చినా మా ప్రయత్నము విడవము, విడువము "అనే శీర్షికతో నేను వ్రాసిన సంపాదకీయము మా మిత్రులు చాలామంది మెచ్చుకున్నారు. అందులో తర్వాత జైపూర్ సంస్థానం అసిస్టెంట్ దివానుగా చేసిన నూతక్కి రామశేషయ్య గారు ఒకరు. ఎప్పుడు కనబడిన ఆ వ్యాసాన్ని పేర్కొనేవారు

సుబ్బారావు గారు పూర్వం వ్యవహారిక భాష వాదము చెలరేగుతున్న కాలం, 1911– 14లో దానిని ఖండిస్తూ చాలా వ్యాసాలు వ్రాశారు. 1911లో ఆంధ్ర భాషాభివర్ధని సమాజంలో వారు ఇచ్చిన ఉపన్యాసం ప్రకటింపబడినది. సీనియర్ బి.ఎ విద్యార్థుల కోరికపై ఉపన్యాసమిచ్చితినని చెప్పి బుర్ర సత్యనారాయణ గారిని పేర్కొన్నారు. సుబ్బారావు గారు బమ్మెర పోతరాజు గారి జన్మస్థానము ఓరుగల్లు కాదని ఒంటిమిట్టయే అని నమ్మి చాలా తీవ్రమైన ప్రచారము చేశారు. ఒకప్పుడు తమ వాదనములలో వారు చాల పౌరుషముగా కూడా వ్రాసేవారు

సుబ్బారావు పంతులు గారు అస్పృశ్యతను గూర్చి వ్రాసిన వ్యాసములోనూ తాము నమ్మిన సంగతులను నిర్భయముగా వ్రాశారు. కఠినంగా కూడా వ్రాశారు. వాని విమర్శలు చాలా తీవ్రంగా ఉండేవి. ఆర్య విద్యా ఉపన్యాసములో ఇంగ్లీష్ ప్రభుత్వంలోని విద్యా విధానము అతి తీవ్రంగా విమర్శించారు. ఈ విద్య వలన అనర్థములను వివరించారు. పూర్వకాలపు విద్యా విధానం వివరించారు. మన విశ్వవిద్యాలయాలు పుచ్చిన లంజల వంటివని వ్రాశారు. ఆ పుస్తకాన్ని నాకు పంపి నా అభిప్రాయం వ్రాయమన్నారు. ఈ

ఉపమానము అంత బాగా లేదని నేను వ్రాయగా దానిని సమర్ధిస్తూ నాకు 16-4-1922 తేదీన ఉత్తరం వ్రాశారు. మద్రాసు వస్తున్నానని. శ్రీ రామాంజనేయ మందిరమున తమను కలుసుకొనవలెనని వ్రాశారు.

నేను బెజవాడలో న్యాయవాదిగా ప్రాక్టీసు ప్రారంభించిన క్రొత్తలో ఒక మారు వారు వచ్చి మా ఇంట్లో బస చేశారు. వారు మారేడు పత్రిని, బత్తాయి రసమును పుచ్చుకున్నారు. పాలు పుచ్చు కోలేదని జ్ఞాపకం. మళ్ళీ కొన్ని సంవత్సరాలకు వచ్చినప్పుడు తుర్లపాటి చలపతి రావు గారనే ఇంజనీరు గారింట్లోను, మరొకమారు గవర్నర్ పేటలో ఆంధ్ర రత్న భవనం వీధిలో వడ్లమన్నాటి శ్రీనివాస దీక్షితులు గారి ఇంట్లో బసచేశారు. అప్పుడు కూడా వారిని దర్శించాను. వారు నా పట్ల దయగా ఉండేవారు. నాకు అప్పుడప్పుడు ఉత్తరాలు వ్రాసేవారు.

ఒంటిమెట్టు కోదండ రామ స్వామి ఉత్సవాలకు ఆహ్వానం పంపించారు. రక్తాక్షి (1924) నూతన సంవత్సర మంగళాశాసనము పంపించారు.వారు నా పట్ల చూపిన అనుగ్రహమునకు, ప్రేమకు నేను సర్వదా కృతజ్ఞుడను. వారు 1939 స్వర్గస్తులైనారు.

ఇంటర్మీడియట్ క్లాసులో నేను చదివినప్పుడు మా తెలుగు క్లాసులో బెజవాడ అడ్వకేటు, స్వరాజ్య పత్రిక సబు ఎడిటరైన చెరుకుపల్లి వెంకటప్పయ్య నేను కాకినాడ కాపురస్తుడు వల్లూరి పద్మనాభరావు గారి కుమారుడు తరువాత Textile Expert అయిన వల్లూరి శ్రీరంగ శాయి, ఏలూరు అడ్వకేటు, వల్లూరు వెంకట సుబ్బారావు క్రికెట్లో టెన్నిస్లో ఛాంపియనులుగా నుండిన బాలయ్య భట్టాచారి గారి తమ్ముడు శ్రీ రామస్వామి ఇతడు కేంబ్రిడ్జి వెళ్లి వచ్చి Director of Agriculture అయినాడు. అతనిని మా మాస్టర్ గారు మేము 'రాము' అని పిలిచే వారము. పైన చెప్పిన V. Ramaswami అరవ కుర్రవాడు. అతడు కంటిపుసిని కంటిపియ్య అనేవాడు ఇంకా ఇలాంటి మాటలే మాట్లాడేవాడు. పొత్తాప్రగడ శ్రీరామారావు రాజమండ్రి నుంచి వచ్చి మాతోపాటు హిస్టరీ చదివాడు. నూతక్కి రామశేషయ్య ఫిలాసఫీ గ్రూప్ లో చేరాడు.. T.L.R. Chandran కూడా ఫిలాసఫీ గ్రూపు అని జ్ఞాపకం. అతడు తర్వాత I.C.Sకునామినేట్ చేయబడిబెజవాడలో సబ్ కలెక్టర్ గా పనిచేశాడు.

Dr. U.రామారావు కుమారుడు Dr. Krishna Rao తెలుగు క్లాసులో ఉండేవాడు. ఇతడు తర్వాత డాక్టరై మద్రాసు శాసన సభ స్పీకరు అయినాడు. కన్నడ సారస్వత బ్రాహ్మణులు. వీరు కొంకణి, కన్నడ మాట్లాడతారు. ఇతర భాషలు నేర్చుకోవడంలో నిపుణులు. తెలుగు, అరవం కూడా మాట్లాడుతారు.

మద్రాసు రాజకీయాలు

1916 లో నేను కాలేజీలో జూనియర్ ఇంటర్ మీడియటు క్లాసులో చేరేటప్పటికి మద్రాసులో అనిబిసెంట్ గారి హోంరూల్ ఆందోళన సాగుతున్నది. స్వరాజ్య సంపాదన కోసం కంకణం కట్టుకున్నది. ఆమె అప్పటికే కామన్ వీల్ అనే వార పత్రిక 1914 జనవరి లో స్థాపించింది. జూన్ నెలలో న్యూ ఇండియా అనే ఇంగ్లీషు దిన పత్రిక స్థాపించింది. బ్రాడ్వే మొగలులో ప్రతి దినం సాయంత్రం "న్యూ ఇండియా ఈవినింగ్పేర్వైస్పన అణా సార్" "అని దీర్ఘాలు తీస్తూ ఆ పత్రికను అమ్మేవారు. దానిలో పెద్ద అక్షరాలతో, శీర్షికలతో ఆనాటి రాజకీయాలు రాజకీయ వార్తలు ఉండేవి. ఎక్కడ చూచినా అనిబిసెంటు గారి ఆందోళన కబుర్లే. చాలా గొడవగా ఉండేది. ఆర్మేనియన్ వీధిలో Y.M.I A భవనం (గోఖలే భవన్)లో మంచి కాఫీ, కాల్చిన నాన్ రొట్టె ముక్కలు తో పాటు వార్త పత్రికలు ఉండేవి. అప్పుడప్పుడు గొప్ప సభలు జరిగేవి. విద్యార్థులు, విద్యాధికులు సభకు వచ్చే వారు. చెన్నపట్నంలోని ఆందోళన దేశంలో నలుమూలలకు ప్రసరించేది. విద్యార్థులలో సంచలనం కలిగించేవి. నేను వెంకటప్పయ్య తరచుగా వెళ్ళేవారము. అనిబిసెంట్ గారి దివ్య సమాజం సభ్యులందరూ ఈ రాజకీయ ఉద్యమంలో పాల్గొనేవారు.

మా భావగారి కాపురం నెంబరు 30 కచ్చాళేశ్వర అగ్రహారం. ఇంటికి దగ్గరలోనే Y.M.I.A ఉన్నది. నేను తరచు అక్కడికి వెళ్ళేవాడిని. అక్కడ కాఫీ తాగేవాడిని.

కాశీనాథుని నాగేశ్వరరావు పంతులు గారు 1914 ఏప్రిల్ 1 తేదీ నుండి ఆంధ్ర పత్రిక నడుపుతున్నారు. అప్పుడు చందా నెలకి 0–0–9 పైసలు. అందులో నేను 1–2 ఉత్తరాలు ప్రకటించాను 01–05–1916 తేదీన లోకమాన్య తిలక్ పూనాలో హోమ్ రూల్ లీగ్ స్థాపించి దానిని గూర్చి దేశంలో ప్రచార ఉపన్యాసాలిస్తామన్నారు. 1/09/1916తేదీన అనిబిసెంట్ గారు చెన్నపట్టణంలో హోమ్ రూల్ లీగ్ స్థాపించినది. దానికి కాశీనాథుని నాగేశ్వరరావు గారు అధ్యక్షుడయ్యారు. అప్పట్లో చెన్నపట్నంలో గొప్ప వారైన అరవ వారికి ధైర్యం లేకపోయింది. బిసెంటు గారు తిలక్ గారితో రాయబారం జరపగా కొన్ని రోజులకు ఆ రెండు సంఘములు కలిసి పోయినవి. న్యూ ఇండియా పత్రిక తీవ్రమైన ఆందోళన చేస్తున్నం దువలన మద్రాస్ గవర్నమెంటు ధరావతులు పుచ్చుకుని వాటిని Forfeit(పారంభించారు. దానిని గురించి బిసెంటు హైకోర్టు లో వాదించుట వల్ల publicityకలిగేది. కడలూరులో జరిగిన రాజకీయ మహాసభలో బీసెంట్ తీవ్రంగా

మాట్లాడింది. అప్పుడు చెన్నపట్నం గవర్నరైన పెంట్లాండ్ (BaronPentland) ఆమెను పిలిచి సీమకు వెళ్లిపోవాలని కోరారు. ఆమె నిరాకరించింది.

26–05–1916 తేదీనన్యూఇండియా మీద మొదటిరెవిన్యూ నోటీసు. 5–06–1916 తేదీ రూ 2000 చెల్లించారు. హైకోర్టులో 27–09–1916 తేదీన వాదన జరిగినది.

16–06–1917 తేదీన బిసెంటు, జి ఎన్. అరుండేల్, బి. పి వారియరులను ఉడకమండలంలో నిర్బంధంలో ఉంచుతూ Internal Order, Madrasప్రభుత్వం జారీ చేసింది. ఊటీకి వెళ్లే ముందు బిసెంటు త్వరలోనే ఇండియాకు స్వరాజ్యం వస్తుందని బహిరంగంగా ప్రకటించింది. న్యూ ఇండియా పత్రిక కొన్నాళ్ళు ఆగి మళ్ళీ 21-6-1917 తేదీన ప్రచురించబడినది.

16- 8- 1917 తేదీన న్యూ ఇండియా పత్రిక మూడవ ధరావతు Forfeit చేశారు. దేశమంతటా అసమ్మతి సభలు జరిగినవి. ఊరేగింపులు జరిగినవి ప్రతి నెల అసమ్మతి సభలలో తీర్మానాలు చేసేవారు. బ్రిటిష్ పరిపాలనలో స్వతంత్రత భారతదేశానికి జరుగుతున్న అన్యాయం గూర్చి సర్ సుబ్రహ్మణ్యం (Sir S. Subramanya Iyer) గారు అమెరికా ప్రెసిడెంట్ విల్సన్ (Woodrow Wilson) గారికి ఒక బహిరంగ లేఖ వ్రాశారు. వారి సర్ బిరుదును త్యజించారు. దేశంలో సంచలనం కలిగింది. విల్సను గారు భారత దేశం పట్ల సానుభూతిని చూపిస్తూ బ్రిటిష్ వారిని మందలించారు అని చెప్పుకున్నారు.

20-08-1917 తేదిన భారతదేశానికి క్రమక్రమంగా బాధ్యత అయిన పరిపాలననివ్వడమే బ్రిటిష్ వారి ఉద్దేశమని సెక్రటరీ ఆఫ్ స్టేట్ E.G. Montagueగారు ప్రకటించారు. అనిబిసెంట్ ప్రభ్యతులను వదిలివేశారు. ఆమెను ఆగస్టులో కాంగ్రెస్ అధ్యక్షురాలిగా ఎన్నుకున్నారు. కలకత్తాలో డిసెంబరు 1917 లో కాంగ్రెస్ మహాసభ జరిగింది. ఇంతలో ఒకానోక రాజ్యాంగ సంస్కరణలంటూ దేశంలోని రాజద్రోహం ఉద్యమాలను విచారణ చేసి దానిని అణచటానికి నిర్బంధ విధానాలు సూచించటానికి రౌలెట్ కమీషను నియమించారు.

My Memories of Mr. Couldrey

I was a student of Hithakarini High School, Rajahmundry from December 1910. After it was shifted into the new buildings on 27 November 1911, it was called the Veeresalingam High School. I passed First Form in March 1911 and School Final in March 1916. Mr.Couldrey M.A (Oxford), was the principal of the Arts college, Rajahmundry from 1909. He was 27 years old when he came as principal. He was very popular with the students of the college and made friends with all sorts of people in the town. Many stories were told about his life, his love of Godavari and the islands in it, hills and dales around Rajahmundry and friendly behaviour to Indians.

He was a good horse man and often seen riding his horse in the mornings on some road or the other or the outskirts of the town leading into some forest. Some young men of the town also joined him in his excursions. Prominent among them was Davuluri Prasada Rao [16] and Vadrevu Narasimha rao. In those days Sub Collectors, Tahsildar and Superintendent of Police also rode horses. He encouraged them to follow him. He was a good swimmer and would plunge into the Godavari River and swim across it (it was said that when he arrived in Rajahmundry not knowing the customs of this country, he plunged into the river .... removing away his shorts(naked) as normal with all the Europeans. When he found that Indians were disgusted with this he soon put on his shorts and from that time never bathed naked). This

story was told by many people at that time when I joined the school and gradually forgotten. Mr.Patibanda Apparao also told this story)

Mr.Couldrey who was a great sportsman encouraged his students to take part in many kind of manly sports, horse riding, swimming, excursions, mountaineering, outdoor games like Cricket, Foot Ball, Hocky, and Tennis. He would join them in all such sports. and games and teach them to move with him freely. He introduced the game of paper chase in Rajahmundry and the teams of hares and

(16) Davuluri Prasada Rao did not pursue his studies. However, got a job in the Excise Department on account of his father was a Deputy Collector.

hounds would play it in moonlights running across roads lanes …and sometimes jumping over public compounds.

When the college students played some mischief like dragging the bullock cart to distant places or play some prank or practicaljoke and townsmen complained to Mr. Couldrey, he would pacify them by saying they are children of the town and should be given indulgence. He liked music, poetry, painting, and fine arts and was himself a musician, poet and painter. He was soon attracted by the artistic aspects of Andhra culture. Elaborate decorations of the Gangireddu, players, their manners and customs, the technique of the play, the musical accompaniment and its significance and place in the Andhra culture. He drew a picture of గంగిరెద్దు play with all the

details. This drawing of his shows not only his ability as an artist but also his keen observation and love of the subject. This is printed in ఆంధ్ర సర్వస్వము. He would attend Tolubommala plays "తోలుబొమ్మలు" and observe the technique underlying it. He understands the cultural background. He suggested to Bapirazu to write an account of it with coloured drawings in his own hand of those traditional and glorious transparancies of culture, those two dimensional and "radiant effigies of the stately Rama and the terrible Ravana and the nimble Hanuman". His suggestion shows his knowledge of the mythological and cultural aspects of Indian art. The Veedhi Bhagavatam plays and Bhama kalapam he would sit through and enjoy. He would go to fairs held in the districts and keenly observe the cultural atmosphere. The Hindu theatrical company used to send complimentary tickets to Mr Couldrey for the dramas enacted. Mr. Couldrey gladly attended them. He made friends with the actors and with Mr. A.S.Ram,the artist who drew the the scenery on the screen. There is no person in and around Rajahmundry who did not know Mr.Couldrey. In those days he had a smile for everybody he met. Mr. Couldrey picked up Telugu by not only through conversations with all and sundry but by listening to folk songs and poems composed by his own students and the poems and songs in the dramas, classical and desi plays. He would get them repeated and ask the meaning of words and phrases of sentences, its idiomatic content and poetic beauty. No subtle shade escaped him. He says that Bapirazu used to tell him stories of his boyhood and it was his stories that drew him to him first although there were many other qualities common to them "సమాన ధర్మ"in the words of Bhava Bhuti" It shows how deep is knowledge of Mr. Couldrey in Sanskrit, culture and literature. Our Couldrey says Bapirazu improved his Telugu. Bapirazu joined the college in 1913 and was his student for 5 years and a lifelong friend. Mr kavikondala Venkata Rao, the poet-the Burns of the Telugu language was his student from 1909 and began to compose poems from 1910. He says Mr. Couldrey took the pleasure in listening to poems composed by himself and other students. It is clear that Mr. Couldrey picked up Telugu very easily and he improved it as time passed. He would learn the meaning ofword and phrases and idioms and their usage in conversation and poetical compositions.

Bapirazu who had cultivated poetry even as a high school student and admired the Sathava- dhanam of Tirupati Venkateswara poets and Harikatha of Balaji Das, and Narayana Das. He could reproduce many a folk song and folk dance. He adored Mr Couldrey as his guru and became intimate with him. He sang, played, and danced all he could for the edification of his guru.

Their excursions to the islands of the Godavari soon expanded into long trips to art centres like Ajanta, Ellora, Bhuvaneswar and Konark. Mr. Couldrey took his students to various places and explained to them differences between western art and Indian art in general and Andhra Art in particular. He also wrote some articles and books about them. His memories of Adavi Bapirazu in 1953 July number of the Triveni shows his deep love of Andhra Desam its people, and culture and of Bapirazu and other students of his. He dedicated his book South Indian Hours to his three favourite students: Bapirazu, Kavikondala Venkat Rao and Damerla Venkat Rao in1924

From the time Mr. Couldrey took charge as principal in 1909 he began to train his students to study and act in English dramas. He would explain the intricacies of thought and characterization and teach them correct pronunciation and appropriate action. He would take lot of pains in rehearsals and successfully put on board many an English drama. He chooses the plays of Sheridon and Shakespeare. Besides his own students, he would invite talented and educated youngmen of Rajahmundry to take part in the dramas. Mr.Jayanti Ganganna, a young graduate teacher in Hitakarini school soon became a friend of Mr Couldrey. Mr. Couldrey liked English and Telugu poetry and was himself a poet. He had histrionic talent.

He was invited to take the part of Pizarro and did his part very well. He later acted parts of Hamlet and Othello and other heroes. Mr.Somanchi Seshagirirao, son of Bhimashankaram also took part in Pizzaro. I saw the drama myself

Vokkalanka Chinna Kamaraju, a handsome young man acted the part of Desdemona in Othello. He afterwards also acted in cinema pictures. Hamlet, Othello and Macbeth were put on board more than once before the greatwar began. Mohmmad Ali Baig government pleader in Bezawada acted the part of the ghost in Hamlet about the year 1912-13. During the period of war Mr. Couldrey stopped putting on board any of the big dramas lest he should be criticised by the authorities and other Europeans. Yet he continued to stage select scenes from Shakespeare and other dramatists and arrange some cultural programs on some pretext or the other. He marked delicate beauty and lively sensibility of the poet Adavi Bapirazu after he joined the college in July 1913. "Hewould have made an invaluable heroin in the elaborate stage productions of Shakespeare" says he in his memories and proceeds "as it was, he who made a convincing Olivia in a scene from the Twelfth Night which we were able to stage along with other such unambitious ventures during the first world war"

After the war once again, Othello was put on board and Mr Ganganna took the partof the hero again. Mr. S.Ramachandra Rao advocate in Vijayawada who was then a student took the part of Iago.

Mr. Couldrey hadto resign his job owing tohardness of hearing and went away to England in 1920.

On theout door activities of Bapirazu, Mr Couldrey says "I do not remember that Bapirazu ever played tennisor eventurned out for hockey but he was fond of swimming as I was, and as much at home in and under the water. We used often to bathtogether in Nagalanka in the early morning. I like to remember that I taught him the sidestroke which was then unknown in those parts and which he mastered at once and used with ease and power. In the dry spring season, we and the Damerlas (Ramarao and Venkata Rao) often went for an evening sail in a Nawa (నావ)and at least when the waves rode higher than usual, we all dived overboard in a race with a fisherman who had expressed anxiety about the safety of his boat load of distinguished and landlubbers. But the pleasantest to remember of all our swims were those which we had at all hours of the day from the borrowed staff boat in which our little company now to make the journey to Pattisam(పట్టిసమ)and the Papi hills (పాపికొండలు) gorge whenever we could seize the opportunity. The staff boats were beautiful cottage like boats with all amenities used by the seniors of the public works departments. It would be spared only to distinguished persons like the members of the Governor's council, Collectors and Mr Couldreycould get them as he was held in high esteem by all the offices of the district".

In 1916 both Bapirazu and Damerla Rama Rao, the distinguished painter of Andhra, then student of the Bombay School of Arts went with Mr Couldrey to Ajanta. They rode from Jalgaon on pony carts. They spent several adventurous days exploring the Caves.

Mr. Couldrey says in his memories that "touring over and over once in the vast and secret glooms of the largest one of these subterranean halls. "What a place said Bapirazuin a conspiratorial whisper for a Home Rule meeting!" He and I rarely talked politics whereas Damerla Venkata Rao and I were always sparring (boxing). But Bapirazu never disguised his ardent patriotism or softened the expressions of it for my benefit. With what regretful gusto would he recall the lost excitement and glorious expectations aroused in his childish bosom by Bipin Chandra Pal's agitation and described the precocious activities and schemes of himself and his school mates of later years of age and under the furtherance of the cause. I wish I could remember the details of this crusade of the children. It would have made a delightful chapter in that book of childish memories what he seems never to have written. He would end by lamenting what at that time seemed, the flagging of those earlier hopes and ardours and descend upon the faith that removes mountains. This phase of his recollection always brought to my mind (indeed he may himself have quoted) Wordsworth's equally nostalgic memories of the incipient French Revolution "Bliss was it that day to be alive" But for Bapirazu that day was to return (obviously he refers to his going to jail in 1922 in the non-cooperation movement. It is significant that Mr. Couldrey succeeded Mark Hunter [17] who was Principal in 1907). Mr. Couldrey proceeds and tried to put down

(17) The Story of Mark Hunter at Rajahmundry can be read elsewhere.

Vandemataram movement in early days) After seeing the Ajanta our party separated, the two future painters returning by way of Ellora which I had seen the year before while I went to Sanchi".

In the following April (1917) we visited Bhuvaneswar and spent several days exploring its many beautiful old temples this time Ram's elder brother D. Venkat Rao and kavikondala Venkata, the poet came too.

———

Mr. Couldrey refers to the visit to Undavalli by the others while he was laid up with chill. He also refers to himself and Bapirazu cycling up to river from Bezawada to Amaravati in the same year or the next. Mr. Couldrey made drawing of Bapirazu in Patisam(పట్టిసము) in April 1918.

The memories of Adavi Bapirazu contains many reminiscences of Mr. Couldrey and show his intimate knowledge of the country and its people. He also mentions that he has incorporated (in his book) South Indian Hours many incidents & stories and poems and songs of those days. His reference to Balakrishna, Nandi, and Venugopala in stone and copper many other things show the depth of his knowledge of our culture.

Sri Vaddadi Subba RayuduGarua great poet of Rajahmundry was a Telugu Pandit in the Training College for a long time. He was afterwards transferred to the Arts College as Telugu Pandit. It was said Mr. Couldrey knowing his worth as a poet and as a dramatist helped him to get the job. Mr.Subba Rayadu had a loud and sonorous voice and would recite verses in Bilahari Raga. Once when he was reciting a poem Mr Couldrey happened to pass in the verandah. Mr. Subba Rayadu stopped singing at once. Mr Couldrey came in and said why do you stop it! Please go on. Mr. Subbarayadu smiled and continued. Mr Couldrey enjoyed it

Mr. Couldrey was a good lecturer and teacher but did not believe in students mugging up notes. He would tell them that they should use their brain and write something original. He discouraged annotated Editions of Shakespeare and would try to read the original and gave them the spirit of the dramatist. Naturally very few students could follow his methods and it was found that a good number of students did not fare well in English. He then relented and asked them to study Verity and Arden Editions of Shakespeare. He would give general lectures.

His students complained that Presidency college and Christian College students get high marks because their professors who are the members of the examiners' Board giving out the questions and although you are one of the Chief Examiners you do not give us even any hints. Mr Couldrey found out that metropolitan colleges train the students with an eye on the examinations, and they vie with each other to get good results. Although they do not give out the questions, they teach the subject on the basis of questions. He was disgusted and once as soon as he came from the meeting of the board of examiners wrote out the whole question papers on the blackboard from memory. The students fared well. He taught a good lesson to the professors at Madras Colleges. There was some reshuffling of lecturers and assistant proressors on account of the changes in the cultural conditions and Montague Chelmsford reforms. Some Indian lecturers were given the status of I.E.S after 1920- 23

But in those days even a great man like (Sir) S. Radhakrishnan was only an assistant Professor in Presidency College. He was transferred from The Presidency College to Rajahmundry in 1916 as a lecturer of philosophy and yetto become famous and obtain laurels. Mr Couldrey at once saw his worth and became his friend. Mr Vissa Apparao Pantulu also who was afterwards admitted into I.E.Swas also a lecturer in Rajahmundry college in physics department. Mr. Couldry liked him for his talents.

Mr. Duggirala Gopala Krishnayya who returned from England and entered the I.E.S was a lecturer in the training college. He could not get on with the principal of that college he however got on well with Mr Couldrey. He presided over the college hostel functions and gave went to his feelings and got into trouble.

Mr Couldrey was very liberal in his views while he encouraged his students and protected their interest. He never stood in the way of fair contest between the college students and other young mens' associations. In those days there were many Youngman's' associations. A football team called "Nimbles" consisting of ex-students of the college and other young men. Mr Ankaraju Rama Rao who passed intermediate in the Noble College, Machilipatnam was the captain of the team. Mr Allamsetty Kotayya afterwards Municipal Councillor in Bezawadawas one of forward players. One short young man called Potti Subbarayudu who was a champion sportsman in running races.was also a forward player. Nepalli Satyam was another player. Mr. T. Bhaskar Iyer, Superintendent engineer was also a sportsman. He sometimes acted as an umpire in matches. Once when I was studying in 2nd form in 1912, I happened to go and witness a football match between the Nimbles and the Arts college students. Mr. Couldrey himself acted as the umpire. He was a tall man with black hair and moustache and blue eyed and a prominent brow with big eyes and with a peculiarly big, framed spectacles. He wore shorts and socks and shoe. He left his coat on a chair in the leaway line and stood with a whistle in his mouth and his hands in the pockets. It was almost near the end of the game to be closed. One of the member players played foul and the whistle was blown. A penalty kick was ordered and naturally ended in a goal. The match ended in a victory to the Arts College students. People rushed from all sides in from all sides some congratulating the winners and some consoling the losers. Mr Couldrey picked up his coat and was going across the field towards the road to the college. He was walking with the hand on the shoulders of one of his students. I was very near them and heard somebody remarking "పెనాల్టీ కిక్కు ఇచ్చిఅన్యాయం చాశాడు రా లంజా కొడుకు". Mr. Couldrey turned his head and saw somebody was consoling Nimble players. Mr. Couldrey smiled and continued to move. I was following him. He suddenly asked his student "I say what does లంజాకొడుకు mean".The student mumbled "it means whore's son" Mr. Couldrey had a loud and hearty laugh at that and proceeded on his way. Such was Couldrey of those days!

Most Europeans do not like to touch Indians. Of course, they have sexual relations with the blacks of all shades and in all climes. It is only in recent times that English people deigned to shake hands with Indian on equal terms. Mr. Couldrey was an exception. Mr. C.E.Andrews was an advisor to Rabindranath Tagore and Gandhi. He adopted Indian dress and manners. He would say "Namaste", quote from Upanishads and eat Indian food. There are many others of his type. Mr. Varrieer Elwin adopted Indian dress and married a Gond girl. Mrs. Besant adopted Hindu religions and customs. She would not drink water standing. She took pride in adopting Brahmin customs. Miss Slade shaved off her head as a branhmin widow does. Mr. Couldrey would freely mix with Indian students. Put his hands on their shouders bathe with them and eat and live with them. He was fond of many Indian puddings and పిండివంటలు. He relished mango pickles, and Mango juice preserves (మామిడి తాండ్ర) He used to attend Indian dinners. He liked to wear Indian dress at home. He would wear an Uppada Dhoti and an Uppada laced upper cloth as many Indians do in a పల్లెటూరు fashion and sit at home in his garden in Hallkett's garden in Rajahmundry. Bapirazu says that he would look like some god who has descended on earth in that dress.

Mr. Couldrey many a time told Bapirazu that the Indian dress is beautiful and the sarees that Indian ladies wear are more beautiful than Greek apparel. He liked the carvings on the wooden doors (సిరగణం) on the old door frames and on the top planks of the doorways గొడుగు బల్లలుand the wooden columns(స్తంబాలు) in old houses. He once asked Damarla Ramarao to give him a drawing enlargement of the same. He was all praises for the beauties of the river Godavari. He would say it is essentially an Andhra River and has moulded Andhra character. He said everybody should learn to swim in the river. He proudly announced that he is an adopted son of Andhra. Mr. Bapirazu wrote a beautiful article about Mr. Couldrey in కిన్నెర 1950 October సంచిక. Mr. Couldrey wrote in his memories that he had used many letters, songs of the Bapirazu in his Book South Indian Hours.

After referring to the visit of Bapirazu to Undavalli he writes "Another day Bapirazu favoured by heaven as usual in a field, found a small stone sculpture of his favourite idol, Venugopala. Clearly a pricelss fragment of a lost twelfth century temple. This we carried away as it must be still among the treasures left by him".

(see translation of article of Mr. Couldrey on Ajanta in Geographical Magazine (1937 నవంబరు భారతి పుట ౮౭౬ - ౮౭౮) ఆ to ఈ Memoreies of Adivi Bapirazu Article by Prof O.J Couldrey Triveni July1953

Mr. Couldrey died 24 July 1958

Article of M. Raja on Mr. Couldey in ఆంధ్ర ప్రభ 1958

Bapirazu wrote an article on his guruvu garu, Couldrey published in 1950 October Kinnera Madras మా గురువుగారుIt is very interesting.

"మా గురువుగారు" అని కిన్నెరలో వ్రాసిన వ్యాసంలో కూల్డ్రే గారికి గోదావరిమీద గల ప్రీతిని ఉదహరిస్తు అది ఆంధ్ర జాతికి తల్లి అని వారి చరిత్రను తీర్చిదిద్దినదని చెప్పేవాడని రాజమహేంద్రవరంలో తనతో కలిసి నడుస్తు వెళ్తున్నప్పుడు పూర్వం రాజరాజనరేంద్రుడు, నన్నయ, శ్రీనాథుడు నడిచిన భూమిమీద మనం నడుస్తున్నాము సుమా అని వ్రాశాడు

అడవి బాపిరాజు

అడవి బాపిరాజు పశ్చిమగోదావరి జిల్లా భీమవరం తాలుకా పరిపల్లి గ్రామంలో మన్మధ నామ సంవత్సర ఆశ్వయుజ బహుళ సరియైన 08–10–1895 తేదీన పరిపల్లి గ్రామంలో జన్మించాడు. తండ్రి కృష్ణయ్య గారు. తల్లి సుబ్బమ్మ గారు. సాంఖ్యయాన గోత్రుడు. ఆపస్తంభ సూత్రుడు. ఇతని తండ్రి గారు కొవ్వూరు తాలూకా ట్రజరీలో షరాబుగా నుండేవారు. మా నాన్న గారు, వెంకటరత్నం పంతులుగారు (డిప్యూటీ) తాశీలు దారుగా నుండేవారు. మా నాన్న గారు 1903 ఏప్రిల్ లో ఫించెను పుచ్చుకున్నారు. మా నాన్నగారు కొవ్వూరులో తాలూకా కచేరి దగ్గరనే ఇల్లు కట్టారు. గృహప్రవేశం చేసి 1905 వరకు కొవ్వూరులో ఉన్నారు. కృష్ణయ్య గారు తరువాత ఫించను పుచ్చుకుని భీమవరం వెళ్లారు.

మా అక్కయ్య (బొడ్డపాటి సీతాబాయి) సీతా సుందరి 24–10–1895 తేదీన జన్మించినది. మేము గృహప్రవేశం కాక పూర్వం కొవ్వూరు పాత ఊళ్ళో కాళ్ల వారి ఇంట్లో కాపరం ఉండేవారు. ఊళ్ళో ఆచంట నాగరాజుగారి బడి ఉండేది. మా అక్క అందులోనే చదివేది. బాపిరాజు కూడా ఆ బళ్ళో నే చదివాడు. నా అక్షరాభ్యాసం 11–10–1902 తేదిన కాగానే నన్ను కూడ అక్కడికే పంపారు. నాగరాజుగారి కుమారుడు ముని ప్రసాద రావు కూడా ఆ స్కూలులోనే చదివేవాడు. మేమందరము అప్పుడ ఆడుకునే వాళ్లమని బాపిరాజే నాకు జ్ఞాపకం చేశాడు. మా నాన్నగారు 1905 సంవత్సరం కొవ్వూరు కాపరం ఎత్తేసి కాకినాడలో ఉన్నారు. తరువాత మళ్లీ కొవ్వూరు వచ్చారు. 1908 మేనెలలో కొవ్వూరులోనే స్వర్గస్తులైనారు. మా అక్క , వారి భర్త బొడ్డపాటి పూర్ణయ్యగారు మమ్మల్ని కాలికట్టుకు తీసుకెళ్లారు. నేను కొన్నాళ్లు అక్కడ ఉండి అక్కడ స్కూలులో చేరాను. తరువాత బెంగళూరు వచ్చి చేరాను. అటు తరువాత 01–12–1910 తేదీన రాజమండ్రిలో హితకారిణి స్కూలులో 1st ఫారంలో చేరాను.

బాపిరాజు 1913 సంవత్సరం వేసంగి సెలవులు కాగానే రాజమండ్రీ ఆర్ట్స్ కాలేజీలో ఇంటర్మీడియట్ లో చేరాడు. అతడు 4వ ఫారం నుండీ స్కూలుఫైనలు దాకా బెజవాడ కన్యకాపరమేశ్వరి హిందూ హైస్కూలులో చదివాడు. అప్పటికే అతనికి తిరుపతి వెంకటేశ్వర కవుల గాలి సోకి భీమవరంలో శతావధానం చూశాడు. పద్యాలు ప్రాసేవాడు, బొమ్మలు గీసేవాడు. ఆశుకవిత్వమనీ, శతావధానాలనీ ఉబలాటపడేవాడు. తనతోడి అయ్యప కొప్పర సుబ్బారావులతో జంట కవిత్వం చెప్పడం ప్రారంభించాడు. రాజమండ్రి

వద్దాది సుబ్బారాయ కవిగారి బావమరది అద్దంకి సత్యనారాయణ రాజమండ్రిలో వాణివిలాస గ్రంథాలయం అనే పుస్తక భండారాన్ని 1911లోసుబ్బారాయుడు గారింట్లోనే స్థాపించారు. అది కవి గారిచ్చిన పుస్తకాలతో ప్రారంభమై అభివృద్ధి చెందినది. నేను దానిలో సభ్యుడను. తరువాత అది వసరాయ గ్రంథాలయముగా మారి మెయిన్ రోడ్డుమీద మేడలో పెట్టారు. నెలకొకసారి సుభోదిని అనే కరపత్రము ప్రకటింపబడేది. 1912 లో 'ఆంధ్రభాష అభివృద్ధిని సమాజం' అనే ఒక చిన్న సాహిత్య సభను కూడా అతడే స్థాపించాడు. ట్రైనింగు కాలేజి విద్యార్దులు, ఆర్ట్స్ కాలేజీ విద్యార్దులు, హైస్కూలు విద్యార్దులు ఇతర యువకులు సభ్యులు. దాని అధ్యక్షులు చిలకమర్తి లక్ష్మీనరసింహంగారు. నెలకొకసారి, ఆ తరువాత పక్షాని కొకసారి ఆ తరువాత ఇంకా తరుచుగాను సభలు జరిగేవి. చిలుకూరి వీరభద్ర రావు గారు, శ్రీపాద కృష్ణమూర్తి శాస్త్రి గారు, కాశీభట్ల కృష్ణయ్య శాస్త్రి గారు, వంగూరి సుబ్బారావు గారు, ఇంకా మరి కొందరు ఆ సభలకు అధ్యక్షత వహించేవారు. ఉపన్యాసాలిచ్చేవారు. సభ్యులు కూడా ఉపన్యాసాలిచ్చేవారు. తరువాత తెలుగు రచయితలుగా, కవులుగా, వక్తలుగా, ఇతర విధాలుగా ప్రసిద్ధికెక్కిన వారు అందులో సభ్యులు. బాపిరాజు నేను కూడా సభ్యులం. నేను ఒక సభలో బాల కవులుగా, చనుబాల కవులుగా బయలుదేరుతున్నారు అనేటప్పటికి వంగూరి సుబ్బారావు గారు చాలా ఆనందించారు. ఆంధ్రభాషాభివర్ధని సమాజం వార్షికోత్సవం ఆనంద సంవత్సరాదినాడు 27–03–1914 తేదీ జరిగినది. చిలకమర్తి లక్ష్మీనరసింహం గారు అధ్యక్షత వహించారు. అప్పుడు తీసిన గ్రూపు ఫొటోలో బాపిరాజు నేను కూడా ఉన్నాము. అది ఇప్పటికీ నాదగ్గర ఉన్నది. బాపిరాజుకున్న తెలివితేటలవల్ల, ప్రతిభవల్ల రాజమండ్రీ కాలేజీ ప్రిన్సిపాల్ కూల్డ్రే గారి దృష్టినాకర్షించాడు. ఆయనకు ప్రియ శిష్యుడైనాడు. కూల్డ్రే గారి కాలం నాటి స్మృతులను అతడు కిన్నెర 1950 సంచికలో వ్రాశాడు. కూల్డ్రే గారితో గోదావరిలో ఈదడం, లంకకు షికారుకు వెళ్ళడం, డి పి డబ్లూ స్టాఫ్ బోటులో ప్రయాణం చేయటం, అజంతా మొదలైన కళా క్షేత్రాలకు వెళ్ళడం మొదలైన విషయాలను గూర్చి వ్రాశాడు. కూల్డ్రే గారు బాపిరాజును గూర్చి 1953 జులై త్రివేణి సంచికలో తన జ్ఞాపకాలు వ్రాశారు. కూల్డ్రే గారు 1919 (1920 ?) తన ఉద్యోగం మానుకుని ఇంగ్లండు Abingdon గ్రామంలో కాలక్షేపం చేస్తు బాపిరాజు వగైరా శిష్యులతో ఉత్తర ప్రత్యుత్తరాలు జరుపుతూ ఉండేవారు. ఆయన రచించిన పుస్తకాన్ని బాపిరాజు, శిష్యులకు అంకితం చేశారు. కూల్డ్రేగారితో 1920 దశాబ్దంలో చాల తరుచుగా ఉత్తర ప్రత్యుత్తరాలు జరిగినవి. 1930 దశాబ్దములో తరువాత కూడా అప్పుడప్పుడు జరిగినవి. బాపిరాజు బి.ఎ పూర్తి చేసి భీమవరం వెళ్ళిపోయాడు. బాపిరాజు గాంధీగారి సహాయ నిరాకరణోద్యమములో కాంగ్రెస్సు ప్రచారం చేసేవాడు. నాగపూరు, అహమదాబాదు కాంగ్రెస్సు సభలకు వెళ్ళాడు.

అతని మిత్రులైన ముష్టి సుబ్రహ్మణ్యం, వేలూరి సత్యనారాయణ గార్లతో 1922లో ఒక సంవత్సరం జైలు శిక్ష అనుభవించాడు. 1922 జనవరి 16 వ తేదిన వీరిని శిక్షించారు. వీరు రాజమండ్రీ జైలులో కొన్నళ్లు తరువాత కడ్డలూరు జైలులోఉన్నారు. వంగ దేశ చిత్రకళాచార్యులైన ప్రమోదకుమార చటర్జీగారు 1922 నుండీ 1926 వరకు బందరు జాతీయ కళాశాలలో ఉన్నారు. తరువాత బరోడా వెళ్లరు. ఆసమయంలో చిల్లరిగె శ్రీనివాస రావు గారు కళాశాల ప్రిన్సిపాల్. కోలవెన్ను రామకోటేశ్వరరావు వైస్ ప్రిన్సిపాల్. కూల్డేగారు ప్రోత్సలంతో బాపిరాజు 1923 లో బందరుకు వచ్చి చటర్జీగారి దగ్గర చిత్రలేఖనం అభ్యసించాడు. కళాశాల వారు బాపిరాజుకు విద్యావేతనం ఇచ్చరు. రామకోటేశ్వర రావు గారి పూరిపాకలోనే ఒక భాగంలో కుటుంబంతో కాపురం ఉన్నాడు. విశ్వనాథ సత్యనారాయణ గారు తెలుగు ఉపాధ్యాయులు. (బెజవాడ)గోపాల రెడ్డి గారొక విద్యార్ది.

చటర్జీ గారి దగ్గర గుట్టం మల్లయ, కవుతా రామమోహన శాస్త్రి, ఆనంద మోహన శాస్త్రి, వేలూరి రామమూర్తిగారు కూడా చిత్రలేఖన మభ్యసించారు. బాపిరాజుతో పాటు మంచి శిష్యులని 13-08-19. తేదీన V.V.Toupe గారికి ప్రాసిన ఉత్తరంలో ప్రాశారు.

1926 లో చటర్జీ వెళ్లిపోయిన తరువాత బాపిరాజు చెన్నపట్టణంలా కాలేజీలో చేరటానికి వెళ్లాడు. అక్కడనుండగా 1927లో రామకోటేశ్వరరావు త్రివేణి పత్రిక స్థాపించగా బాపిరాజు దానికి Associate Editor అయినాడు. దాని ముఖ పత్రాన్ని design చేశాడు. ఇతరుల పద్యాలను ఇంగ్లీషులోకి అనువదించాడు. కొన్ని పద్యాలు, వ్యాసాలు ప్రాశాడు. చెన్నపట్టణంలో లా చదువుతున్న మా స్నేహితుడు చెరుకుపల్లి వెంకటప్పయ్య మాంబలంలో కాపురం ఉన్నాడు. బాపిరాజు అతనితో మాట్లాడుతూ, వెంకటప్పయ్య అందరి రంగులో లేడు, నీవు నల్లగా ఉన్నా అందమైన వాడవే అన్నాడు. వెంకటప్పయ్య అందరితోను ఈ మాట చెప్పి సంతోషించేవాడు.

బాపిరాజు లా ప్యాసైన తరువాత 1929-31మధ్య భీమవరంలో ప్రాక్టీసు చేశాడు. అతనికా వృత్తి సరిపడలేదు. Dr. పాలకోడేటి సత్యనారాయణ, శ్రీ పాదన్న భగవాన్లు ఆహ్వానింపగా 1930 లో నేను వెంకటప్పయ్య భీమవరం వెళ్లి Buy Indian League ఉత్సవాలలో పాల్గొని బాపిరాజు ఇంటికి వెళ్లిచూశాము.అతని కుంటి అమ్మాయిని చూపించాడు.

1935నుండి 1938 వరకూ బాపిరాజు ఆంధ్ర జాతీయ కళాశాల ప్రిన్సిపాల్ గా బందరులో నున్నాడు. సినిమామీద మోజు ఉండేది. చెన్నపట్నం వెళ్లి (C) పుల్లయ గారి చిత్రాలకు Art Director గా పని చేశాడు. ధ్రువ, అనసూయ చిత్రాలను అతడు తీర్చి దిద్దాడు.1939 మధ్యలో పట్టాభి గారు, ముట్నూరి(కృష్ణారావు) వారు బాపిరాజు administrator కాదని జాతీయ కళాశాల నుంచి **తొలగించ దలచగా కాటూరి**

కాటూరి వెంకటేశ్వరరావు గారు ఉపాయంగా గోవిందరాజుల సుబ్బారావు వగైరాలతో చెన్నపట్నంలో మీరాబాయి అనే చిత్రానికి ఆర్ట్ డైరెక్టర్ గా ఏర్పాటు చేశారు. సెప్టెంబర్ (?) ప్రాంతంలో మద్రాసు వెళ్ళాడు. మీరాబాయి చిత్రానికి scriptవెంకటేశ్వరరావు గారే వ్రాశారు.

1941–43: గుంటూరులో తన తోడి అల్లుడైన కీ.శే. లక్కరాజు బాలకోటేశ్వరరావు గారి ఇంట్లో కొన్నళ్లున్నాడు. వదినగారు మహా ఇల్లాలు అతనిని చాల ఆదరించినది. అప్పటికి బాలకోటేశ్వరావు చనిపోయారు 1944–1948 హైదరాబాదులో మీజాన్ పత్రిక తెలుగు ఎడిషనుకు సంపాదకునిగానున్నాడు.

1950:గోపాల రెడ్డి గారి సహాయంవల్ల మద్రాసు ప్రభుత్వం వారి కోసం సింహళం లోని Sigiriya బౌద్ధ చిత్రాలకు నకళ్లు గీసియిచ్చాడు. అవి మ్యూజియము లో నున్నవి.

22–09–1952: చెన్నపట్నం రాయపేట ఆసుపత్రిలో స్వర్గస్థుడైనాడు. బాపిరాజు తన చిన్ననాటి చదువును గూర్చి, గురువు కూల్డ్రే గారిని గూర్చి వ్రాసిన జ్ఞాపకాలు 1950 అక్టోబరు కిన్నెర(మద్రాసు) లో ప్రకటింపబడినవి.

చూబాపిరాజు రేడియో ప్రసంగము (మద్రాసు) రాదారి బళ్లు. ఆంధ్ర ప్రభ 18–01–1961 బొమ్మల వాణి తోలు బొమ్మలను గూర్చిన కథ

పట్టిసము

గోదారి మధ్యనే కొండాకటి వెలిసింది

కొండపై జంగమయ కాలువు వేంచాశాడు

గోదారి గంగలో కూడె తీర్థాలన్ని

కొండపై జంగమయ కోటి అభిషేకాలు

గోదారి వరదలో కోటి వూవులు పత్తి

కొండపై జంగమయ వెండివూవులు పూజ

గోదారి కెరటాలు కొండతో గుసగుసలు

కొండపై జంగమయ కునుకు బంగరు డోల

బాపిరాజు (చెన్నపురి ఆంధ్ర మహా సభ రజతోత్సవ సంచిక)

వివరణ:

పట్టిసము జమీందారీ గ్రామము. మన్య తాలూకా పోలవరం గ్రామానికి దక్షిణముగా నున్నది. ఊరికి తూర్పుగా గ్రామ నదిలో నౌక లంకలోనున్న కొండమీద

శివాలయమున్నది. ప్రతి శివరాత్రికి చాలా మంది యాత్రకు వచ్చెదరు. అప్పుడు పెద్ద తీర్థము జరుగును గోదావరి మధ్య గల ఈ కొండ మీది శివాలయము దీని పరిసరము చాలా అందముగా నుండును. అందువల్ల నే కూల్లే గారు తన విద్యార్థులతో తరుచుగా ఇక్కడకు వెళ్లేవారు. పోలవరము గోదావరికి పడమర ఒడ్డననున్నది. ఇది డివిజను ముఖ్య స్థానము.

Godavari District Manual says 10 to 20 thousand attend Sivarathir festival at Kotipalli and Pattisem. 14 of మాఘ బహుళ February 1950 ఆ ప్రాంతంలో కుబ్బ విష్ణు వర్ధనుని కాలం నాటి చరిత్రనాధారంగా రచించ దలచిన ఒక నవల (అందుమతి?) కోసం చిలుకూరి వీరభద్రర రావు గారి ఆంధ్రుల చరిత్ర కావాలని బాపి రాజు నా దగ్గరకు వచ్చాడు. అది వరకు కొందరు మిత్రులు నా పుస్తకాలు తీసుకుని ఇవ్వనందున నేనెవ్వరికీ ఇవ్వడం మానేశాను. ఈ సంగతి అతనికి తెలుసు. నీకివ్వడానికి అభ్యంతరం లేదు గాని నీ దగ్గరకి నీ స్నేహితులు చాలామంది వస్తుంటారు ఎవరో ఒకరు దానిని కాజేస్తారు అన్నాను. నేను వెలకం హోటల్ లో ఒక గది పుచ్చుకున్నాను. అది ఎవరికి తెలియదు నీ పుస్తము నేను తెచ్చియిస్తానని చెప్పి ఒప్పించి తీసుకువెళ్లాడు. తిరిగి యిచ్చినప్పుడు చూశావా నేనెంత జాగ్రత్తగా తెచ్చానో అన్నాడు.

బాపిరాజుకు పూర్వకాలం నాటి స్త్రీల పాటలెన్నోవచ్చు

కృష్ణమ్మ గోపా బాల కృష్ణమ్మ కాళ్లకు గజ్జలు కట్టి వేళ్లకుంగ్రాలు తొడిగి etc.

అనే పాట పాడేవాడు. ఆ మట్టుమీద తానింకో పాట వ్రాశాడు. అలాగే పాత పాటల ఘనతి మీద చాలా పాటలు వ్రాశాడు.

ఒక రోజు బాపిరాజు మా యింట్లో భోజనం చేసి సరదాగామాట్లాడుతూ ఉండగా నీ దస్తూరీలో ఒక పాట వ్రాసి యివ్వలయ్ అన్నాను.

కోయబాల

పాపి కొండా అడవులనీడా

పరువులెత్తేవాగుల పాడా

వాగు తోటీ శృతులు కలిపేనే

కాలంగి కిణి కిణి! భణక భణకని

పాటపాడుతు పూలుకోసేవే

ఒకోయబాల

పూలుకోస్తూ పాటా పాడవే

నీలగౌతమి అద్దాలలోనా

తెలిపోయే మబ్బుతోనే

వాలుకన్నులు కలిసి పోయేనే

కినికినిభణక భణకని

జాలునవ్వు మెరిసిపోయేనే

ఓ కోయబాల

ముద్దుమోము ఎదురు నవ్వేనే

లోయ చరియా చిత్రాలల్లే

తీగె సాగిన అడివిమల్లే

మల్లె తీగెల ఉయ్యాలూగేనే

కాళింగ కినికిని భణక భణకని!

ఈవలావల ఉబికి పోయతివే

ఓ కోయబాల!

పావురాలతో కబరు పంచితివే

పాపికొండ

పల్లెటూళ్లపదమూలోద్దు

పత్తనాలాకాటాలోద్దు

అడవిదేవతలాటాసఖియావే!

కాళింగినిలోకిని భణక భణకని

లేడివేగల గంతూల యలేనే

ఓ కోయబాలా

పడిగానుదివ్యశ్రుతులేనే !

బాపిరాజు కళాప్రపూర్ణ బిరుదు పొందలేదు గాని దానికి సర్వ విధాల అర్హుడైనవాడు. ఆ పదమతనిపట్ల సార్థకమైనది

1922 లో శారద పత్రికలో హిమ బిందు

1927 జనవరి భారతి నాగరాజు కథ సచిత్రము

1927 ఏప్రిల్ నాపాప పాట సచిత్రలు.

DR. G. S. SARMA

My brother-in-law Boddapati Purnaiah Pantulu Garu built a house in governorpet, Bezawada in 1922 in the site opposite to the house of Mr Singarazu Subba Rao garu's house. My sister was pregnant at the time of Griha Pravesham on 7th August 1922. My nephew Srinivasa Rao was born. My sister severely fell ill and was operated upon for Empyema by Doctor Varghese in Guntur Hospital. Dr. G. S Sarma who was a tenant in the house of Singarazu Subba Rao Garu was treating my sister. Dr Madhava Rao of the local Hospital could not diagnose disease. Dr Sharma suspected somethingserious and brought in Dr Charles of Railway Hospital. He diagnosed it. Dr.Sarma was very kind and attentive. It was in this connection that we became friends. Sarma was an L.C.P.S of the National Medical College, Kolkata. He worked for some time as a doctor in the Shambhu Nath Hospital, Calcutta. Dr.Mallik, the great doctor liked him. He was a colleague of Dr Brahmajosyula Subramaniam, brother-in-law of C.V. (CherukupalliVenkatappayya) who passed in 1916 and set up practice at Rajahmundry. Dr.Sarma originally belonged to Ghantasala. He was the second of the four sons of late Perraju Pantulu garu. He was adopted by Ghantasala Brahmamgaru of Machilipatnam. He had a house in Godugupeta and had 25 acresof Wet Lands in Nandivada.Mr.Ghantasala Satyanarayana, natural brother of Dr Sarma was educated at S.K.P.V.V. High School Bezwada and was a classmate of D. Sriramulu, C.V. Reddi and Venkatappayya. He became a teacher.

Dr. Sarma had his early education in Machilipatnam at a time when krishnamacharlu garu was headmaster and. Sri Chellapiilla Venkata Sastry garu wasTelugu Pandit in theHindu School there. Dr. Sharmawas influenced by the cultural and political atmosphere of Machilipatnam. He was a good sportsman, an athlete and swimmer. He used to speak of his student days at Machilipatnam with fresh zeal. He would speak of the activity ofMutnuri Krishna Rao, Dr. Pattabhi Sitaramayya,Ramachari,Kothapalli Hanumantha Rao,Kowtha Srirama Sastry, Chellapilla Venkata Sastri. He was all admiration of Eamani Lakshmanaswamy who acted in Hindi drama,Rana Pratap,Peshwa Narayan Rao,Shivaji etc. and gave powerful lectures wearing Marathi Pagdi. Dr.Sarma used to speak of the Deepavali cracker fights of Machilipatnam Pydi pakodi and various other things. He recalled Harikatha of Kethayya who would arrange the music and sandal paste and garland himself and invite audience. కేతయ్య గారి హరికథbecame popular.He spoke of Bipin

Paul's lectures at Machilipatnam. Vande Mataram agitation and how he admired Calcutta University education. He read for some time in Guntur but thought of some of the Machalipatnam leaders who went to Calcutta and joined the National Medical College established by Dr Malik. He was an ardent student and passed his L. C. P. S and underwent training in the hospital, Shambhu Nath Memorial Hospital.

Dr. Sarma was in close contact with Ramakrishna Mission and had imbibed the spirit of social service while at Kolkata. He used to speak of the Bengalies, their emotional character and spirit of self-sacrifice and work in flood relief and other operations. Dr. Sarma used to speak about Sri Neelaratan Sarkar, Syamasundar Chakravarti and various other Bengali leaders of those days. He often spoke about greatness of the head of his own Medical College, Dr Malik.

Dr. SivalankaMallikharjuna Rao

Dr Sivalanka Mallikarjuna Rao, sister's son of Kasinathuni Nageswara Rao Garu and elder brother of Mr Sivalanka Sambhu Prasad of Andhra Patrika was the classmate of Dr G. S.Sarma in Hindu School of Machilipatnam from the lower classes and from IIIrd Form to Vth Form. Chellapilla Venkata Satry garu wasTelugu teacher. Shri Krishnamacharylu was the headmaster. When they were students. He knows that Dr. Sarma had a house in Bandar. Mr. Mallikharjunara and Dr. Sarma attended the lectures of Bipin Chandrapal in 1907. Sri Emani Lakshmana Swami put on Board Sivaji and Gandhi. Gave introductory speech in Hindi. He remembers the Vande Mataram movement. Dr. Malli kharjuna rao was of thesame age of Sarma. Dr. Sarama was the son of Sri Siva Brahmam Garu and Srimati Bhrmaramba Garu (adopted parents). He was born in maternal grandfather's place, Yellamakurru on 13-01-1894. There was some break in his education after his student days in Hindu school. He remembers that Sarma went to Kolkata afterwards. Mr. Mallikharjuna rao joined the Noblecollege and passed intermediate and then studied medicine in Hyderabad medical school and obtained his L.M.S diploma. He practised for some time in Pesramilli and then came to Bezawada in 1926. He became president of the town Congress committee in 1927.Pongupati Nagabhushanam was the Secretary. He took part in Salt Satyagraha along with Dr. Sarma and went to jail in 1930. During the repression of 1932 he opened the People'sHospital in Vijayawada and treated the Congress volunteers who were regularly being beaten by the police. Mr. SankaraVenkatramayya helped him to secure a house for his hospital. See the memorandum on Police excesses submitted to the Govt and published in Swarajya in July 1932.

Mr. Baru Raja Rao

Mr Raja Rao belonged to Rajahmundry. He was a మధ్య.

Mr. Raja rao failedmatriculation examination at Rajahmundry and went to Kolkata. He passed matriculation there and joinedthe college. He studied for 4 years there and did not complete BA. Mr. Raja rao was a man of good principles. He was a religious man and was a devotee ofShri Rama Krishna Paramahamsa. Mr. Rajaraovisited Bellur math very often and took Dr. Sarma along with him. Sarada matha, wife of Sri Ramakrishna Paramhansa was alive at that time. Swami Brahmananda (Rakhel Maharaj) was the head of the math. Rajarao knew him very well. Swamivijnananda head of the math till 1936 and Swami Sivananda who preceded him liked Mr. Raja rao. Mr. Rajaraoreferred toSri Ramakrishnaas "Thakur" "ప్రభువు"avatarof God.   MahindranathGupta(M.M)was

alive at the time. Mr. Rajarao was a relative of Nyapathi Subbarao pantulugu garuof Rajahmundry. Subbarao garu became General Secretary of the Congress in 1914 and continue to hold the office for 4 years.He appointed Raja Rao as a permanent Under Secretary in the AICC office and was Under Secretary from 1918 to 1934Mr Raja Rao was on very intimate terms with Pandit Motilal Nehru and Jawaharlal Nehrnu and other members of the family as he was working in Anand Bhavan for a long time. In 1937 election campaign when Jawaharlal Nehru came to Rajahmundryhe stayed with Mr Raja Rao in the small verandah*gadi*. Rajarao told me when I met him there. Raja Rao was liked by almost all the Congress leaders. He was so affable in his manners that one could not fail loving him. He had many anecdotes to tellabout Nehru and others. He told me that Pandit Motilal Nehruwas getting Badar Pan పండు

తమలపాకులు from Banaras regularly. And after he gave up his

luxurious life would often talk about it. Mr. Rajar Rao stayed at Bezawada during 1923 when the AICC office was locatd here. We used to meet often. After he left us he used to come and stay with our friend Dr. Sarma whenever he passed Bezawada. Dr. Sarma was in jail in connection with the civil disobedience movement of 1930 between 28-5-1930 and 12-3-1931. Mr Raja Rao who was also in prison was released from Dhuliya and was passing Bezawada on his way to Rajahmundry. I saw his post card addressed to Dr. Sarma and took food in a tiffin carrier to the railway station at about 10:00 a.m. I told him that the doctor is still in prison and that as there was a lot of time to catch the next train to Rajahmundry he can as well come and have a bath in my house and then have his food. He hesitated for a moment and said with a smile alright we shall go. I was happy to entertain him for a few hours. Security proceedings in MC 46 /30 under section 108 criminal procedure pending against me at the time and naturally there was surveillance of police. He just smiled and talked to me about politics and other matters and left by the next train.Mr Raja Rao was elected MLC in 1937 but died in June 1938. MrNanduri Bangaraiah wrote an article about him inభారతి July 1938.

Dr. G.S. Sarma continued

Dr.Sarma put some of his ideals in practice. Whenever there was a fire outbreak in Bezawada and huts were burnt down, he would boldly carry water pots and quench the fire at great personal risk. He would set an example to others and urge them to cooperate. There were frequent fire accidents in Bezawada and there was no fire service station. He organised distribution of cooked food and try to provide shelter. Dr.Sarma was very kind to the poor working classes and would often visit slums and treat the poor patients free. He would often tell us that when he visited his patients in the huts, he found out real condition of the life of labourers; A labourer or *Jutka valah* or a peon would wear clean clothes when he comes out of the hut and one cannot know how destitute his life is in hut. There is often only one cot and a few mats to lie on some package boxes and some pot. They have not got sufficient food or clothing and live on hand to mouth existence and are often in debt. The evil drink adds to their misery. They try to forget their sorrows in drink and go deep down. Whenever a child or woman is ill they take them to some quack as they cannot afford medical treatment of a competent doctor. The hospital doctors and attendants were not kind to them.

అన్నదాన సమాజం

Dr. Sarma visited poor people. Soon found that there is great work there for everybody. He tried his best to educate those who came to him about these matters and try to do his best to alleviate suffering and misery. Dr. Sarma whole heartedly cooperated with Singam Shetty Narayana Murthy setty, Draftsman in PWD in Vijayawada who organised the Annadana Samajamn of Bezawada. Gradually the Samajam grew into a big institution with big sheds of its own at the junction of the the RyesCanal in Governor Peta.

A small hand cart with a receptacle on the top for dropping rice would be taken around the town to collect rice. ...were collected.and poor feeding was arranged. Some well to do persons would arrange feeding on the occasion of the marriage or death in their houses.

The Annadana Samaja flourished under the management of Shri Singham Setty Narayana Murthy Setty but afterwards some local Business magnets, politicians stepped into the management and jealousies cropped up. For a time even these gentlemen vied with each other to become famous as philanthropists but soon their ardour died down and squabbles sprang up. The institution flourished for a number of years under various managements and finally the matters came to a head and some of the persons began to spread scandals, some resorted to election fights and some to litigation. But the institution survived to this day. My sister Boddapati Seethabayamma took some interest for some time in theAnnadana Samajam and collected funds and arranged feeding at her own expense a number of times.

The justice party government did not hold Municipal Elections in Bezawada being afraid that Congress will capture it. Mr.A. Kaleswararao and Addepalli Gurunada Rama Seshayya advocate & Notary were sent to jail in February 1922 for 1 year. Dr Sarma took interest in the Municipal politics. He and hisother friend Kavali Shankar Rao, Jagirdar Ghulam Mohiddin Saheb,Mohammad Burahnuddin Saheb and a number of others contested in the elections in the middle of 1922. And the result was Dinavahi Hanumantha raowho was being elected chairman for over 12 to 15 years in Bezawada was defeated and Dr.D.S. Ramachandra rao M.A., M.D S/o Reverrend Canon Ananthamwas elected Chairman in November 1922.

Rev. Cannon Anantham belonged to Dhanwada family of Madhwa Brahmins and was converted to Christianity under the guidance of Rev. Noble of Machilipatnam. His first wife did not follow him into the new fold and he married again a Vaishnava convert (in 1874). Dr. Ramchandra Rao and his brother, Ananda Rao who also retired as Director of Agriculture are his two sons by her. Dr Ramachandra Rao was educated in England. He was a professor in Pachayappa college for some time and set up practice in Bezawada. They lived in Sowbhagya vilas. He remained bachelor for the sake of his father. Mrs Achanta Subbarayaduwas also a Christian. She lived in the adjacent house. They were good Christians but did not adopt European customs. They were popular in Bezawada. Dr. Ramachandra Rao had liberal views on religion. He respected other religions. He read the Bhagavad Gita. He became a close friend of Dr. Sarma and became my friend. He used to come to our house now and then. After Dr Sarma died, he was more attached to me. He would enquire after the health of my wife. He dined at our house with pleasure. Christians who were under the thumb of Pastors were supporters of British government, did not vote for Dr. DSR when he stood for entering assembly. He resigned his chairmanship in favored our Mr. Kaleswara Rao in 1925. He became the President of the District board when Congress contested in the elections. He was the chairman of the Andhra Pharmaceutical Works Limited for some time. He lived in Bangalore. He became member of the Legislative Council there. I once visited him in Bangalore on my way a back from Mysore. They gave me tea. Dr.RamachandraRao has rented a building for setting up Anantham Eye Hospital, Vijayawada. He was an ENT specialist and would come to Bezawada from Madras where he settled later on. He helped the children of Dr Sarma by giving a loan for their education on my telling him about their condition. He helped the son of his compounder Abdul to pursue his studies in England. He would travel in third class and wear Khadi and lead a very simple life. He used to write to me now and then.He presented me a copy of biography of his father canon Anantham in January 1957 in fact he gave me the original typed copy and suggested that I should translate it into Telugu but I could not do so. Congress did not send him to the Legislative Council of Andhra Pradesh, they sent him worthless felicitations. Dr.Sarma would speak highly of me to all his friends and naturally they used to consult me whenever they had any legal troubles. I was the legal advisor to the Congress Party in the Municipal Council. I also worked on some election petitions on their behalf. One such petition was on behalf of Mohammed Burhanuddin Sahib. And in another such matter concerning elections.

కార్మికపురం

Dr. Sarma used his influence in Municipal council and drew up a scheme of the Karmikapuram which extends for nearly a mile between the Eluru Road and Ryves canal with well laid roads andwater tapsand electric lights. Labourers, artisans and other poor people were granted sites on the basis of 99 years leases and many built pakka houses but soon on account of economic and other circumstances many sold away their houses to others and migrated to more distant places in the town. A few original inhabitants still live there. Many storied mansions have sprung up in this area and there are all types of people now living there. Many masons, carpenters, Jhatka walas and people following various other trades were benefited by this scheme. Dr Sarma became very popular among the labours and was elected as Municipal Councellor for three successive terms in spite of strong opposition. He became labour leader. His lieutenants Bangaru and Durga Bangaru were also elected as Councellors. . Bangaru was a Mason and later on turned against the doctor. During the timeof the Satyagraha and afterwards he was organising picketing of liquorshops. He became the secretary of Harijan Sangh and managed the Harijan Hostel very well. He was both respected and feared. Mr. V. Kurmayya considered him as his Guru

సింగరాజు సుబ్బారావు గారు

సింగరాజు వెంకట సుబ్బారావు గారు పెదన కాపురస్తులు. తండ్రి రాజా సాహెబ్ లింగయ్య గారు. బెజవాడలో ప్లీడరు గాను, మునిసిపల్ చైర్మన్ గాను ఉండేవారు. వీరి తమ్ముళ్ళలో ఒకరైన రాజేశ్వర రావు గారిని వీరి పెదతండ్రి వెంకట సుబ్బారాయుడు గారుకి దత్తు ఇచ్చారు. ఇంకొక తమ్ముడు మల్లప రాజుగారు. ఈ తమ్ములిద్దరు బెజవాడలో వేరే ఇంట్లో ఉండేవారు. వడ్డీ వ్యాపారం చేసేవారు. సుబ్బారావు గారి భార్య జ్ఞానప్రసున్నాంబ గారు. మల్లప రాజు గారి భార్య రత్నమాణిక్యమ్మ గారు. వీరు మా అమ్మగారికి స్నేహితురాండ్రుగా ఉండేవారు. సుబ్బారావుగారి ఇల్లుమంచి తోట బంగళా వారి ఇల్లు మా బావగారైన పూర్ణయ్యగారి ఇంటి వెనకాల ఉండేది. డాక్టర్ శర్మ గారు మా బావగారికి వైద్యుడు. సుబ్బారావు గారి ఇంట్లో కాపురం ఉండేవారు. తర్వాత 1925 సంవత్సరంలో ఆంధ్ర రత్న భవన్ దగ్గర 1926 సెప్టెంబర్ లో గృహ ప్రవేశం చేశారు. సింగరాజు సుబ్బారావు గారికి శర్మగారి పైన చాలా గౌరవం ఉండేది. వారిద్దరి మధ్య చాల స్నేహం ఉండేది. వారిద్దరు నాకు స్నేహితులైనారు. వారింట్లో ముందు ఖాళీ స్థలంలో సాయంత్రం పూట కుర్చీలు వేయించేవారు. పెద్ద మనుషులు చాలా మంది వచ్చేవారు. అందులో సూరి సుందరరామశాస్త్రి గారు క్రిమినల్ లాయరు, మద్దాలి నరసింహారావు గారు మంచాల వెంకట సుబ్బారావు గారు మొదలైనవారు. ఇంకా ఊరిలోని పెద్ద మనుష్యుల చాలామంది వచ్చేవారు. సుబ్బారావుగారు నా పట్ల చాల దయగా ఉండేవారు. మేమందరము కలసి 1923. డిసెంబరులో కాకినాడ కాంగ్రెస్సు సభలకు వెళ్ళాము. సుబ్బారావుగారికి రాచకురుపు లేచింది. శర్మగారు, నేను, కాళేశ్వరరావుగారు కారులో బందరు వెళ్ళి Lt.Col. Rev రమణారావుగారిని తీసుకువచ్చాము. ఆయన హోమియోపతి మాత్రలు ఇచ్చారు. సుబ్బారావు గారు 1928 సంవత్సరంలో చనిపోయినాడు.

Mr. A. Kaleswara rao and Dr. Sarma

Mr.A.Kaleswarao was released from jail in 1923 and resumed his political activities in the Bezawada Municipality. He found Dr. Sarma was getting very popular. He naturally became jealous and did his utmost to create some trouble for the doctor. In spite of the differences the doctor was loyal to Mr Kaleswara rao and did not do any harm to him. However, he would criticize him severely and later on the differences came to a head way and Mr Kaleswarao created troubles. When Kumarayya did some shady things as warden of Harijan hostel,doctor Sarma wanted to take action against him but Kaleswara rao protected him. The matter reached the ears of, Takkar Babu.Mr Kaleswara Rao sided Dr. (Jandhyala) Dakshina Murthy as against Dr. Sarma in the municipal elections.He was afraid that the doctor might be a rival to him in Bezawada and naturally did not like his rise. Mr. Kaleswara rao would make friends with the leaders of rival parties and let down the members of the Congress party. This was evident in his dealings with Mr C. Kodanda Reddy vice chairman (Justice Party). In spite of all these things Dr Sarma did not do any harm to Mr Kaleswara rao on the other hand supported him in all elections. Mr. Kaleswara rao has not written one good wordabout Dr. Sarma in his autobiography. He wrote very high about a member of other partyand even about my work for the Congress and Vijnanachandrika. Mr. Kaleswara rao's sister was married to NanduriSuryanarayana Garu of Arugolanu village.AndDr. Sarma married the daughter of NanduriGopala Krishna Garu ofArugolanu. Mr. Kaleswara rao adopted his nephew Dr Mohan Rao.

కాశీనాథుని నాగేశ్వరరావు గారు

డా. శర్మ గారు కాపురమున్న సింగరాజు సుబ్బారావు పంతులు గారు లింగధారులు. వారి తండ్రి లింగయ్య గారు బెజవాడలో ప్లీడరు. రావుబహద్దూర్ బిరుదు పొంది మునిసిపల్ చైర్మను గా పనిచేశారు. వారి పెద్ద తండ్రి సింగరాజు సుబ్బారాయుడు గారు కృష్ణ గుంటూరు జిల్లాలో సుప్రసిద్ధ న్యాయవాదిగా పనిచేసి......కాంగ్రెస్ మొదటి సమావేశానికి వెళ్లి ప్రఖ్యాతి చెందిన వారు. సుబ్బారావు గారింటికి ఆప్పుడప్పుడు కాశీనాథుని నాగేశ్వరరావు గారు వచ్చి బస చేసేవారు. వారు 1922 సం. లో దుర్గ విలాసమున్న స్థలంలో చల్లపల్లి హనుమంతరావు గారి పాత ఇంటిని కొని దానిని పడగొట్టి దుర్గా విలాసాన్ని కట్టిస్తున్నారు. దానికి ఐదు సంవత్సరాలు పట్టింది. నాగేశ్వరావు గారు వచ్చినప్పుడు జిల్లాలోని ఆరాధ్యులు, టౌను లోని ప్రముఖులు, కాంగ్రెస్ ఉద్యమానికి జాతీయ ఉద్యమాలకి సంబంధించిన వారు, గ్రంథాలయోద్యమానికి సంబంధించిన వారు చాల మంది వచ్చేవారు. వారు చాలా మందికి ధర్మం చేసేవారు. సుబ్బారావు గారి పెద్ద హాలు కిటకిటలాడుతూ ఉండేది. 1923 డిసెంబరులో కాకినాడ కాంగ్రెస్ సమావేశంలో డా. శర్మ గారు వైద్య సేవా సంఘ బృందంలో పని చేసి 1924 జనవరిలో బెజవాడకు తిరిగి వచ్చారు. నాగేశ్వరరావు పంతులుగారు 1924 జనవరి రుధిరోద్ధారి పుష్య మాసములో భారతి స్థాపించారు. వారు కాకినాడ కాంగ్రెస్ తర్వాత కొద్ది రోజులకు బెజవాడ వచ్చారు. శర్మ గారు భారతికి చందాదారులైనారు. అప్పటికి నేను బెజవాడ విద్యార్థి పత్రికలోను, స్వరాజ్య పత్రికలోను తెలుగులో వ్యాసాలు వ్రాస్తూ ఉన్నందువల్లను, నాకు 1922లో పోతన వేమనల కాలము కృతులను గూర్చిన వ్యాసానికి రాజధాని కళాశాల వారు 150 రూపాయలు ఇచ్చినందువల్లను, భారతికి కూడా వ్యాసాలు వ్రాయండి అని నన్ను ప్రోత్సహించి సింగరాజు సుబ్బారావు గారు హాల్లో కూర్చున్న నాగేశ్వరరావు పంతులు గారి దగ్గరికి తీసుకువెళ్లి నన్ను పొగిడారు. అంతట పంతులు గారు మా పత్రికకు ఏదైనా వ్యాసాలు వ్రాసి పంపుతూ ఉండండి అన్నారు. అంతట ప్రాచీనార్యస్త్రీలు అనే వ్యాసము నేను వ్రాయడము అది 1924 మే నెల సంచికలో ప్రచురించటము జరిగింది. 1924 డిసెంబరు సంచికలో ప్రకృతి సౌందర్య ప్రదర్శనం అను వ్యాసము ప్రచురించడం జరిగింది. అప్పటి నుండి నేను భారతికి అనేక వ్యాసాలు వ్రాసి పంపేవాడిని. కాళేశ్వర రావు గారు విజ్ఞాన చంద్రిక నిమిత్తము నన్ను దక్షిణాఫ్రికా చరిత్ర వ్రాయమని కోరగా వ్రాయడం

ప్రారంభించాను. శ్రీ నాగేశ్వరరావు గారు భారతి పత్రికను నాకు ఉచితంగా పంపేవారు. ఆయన చనిపోయిన తర్వాత శంభుప్రసాద్ గారు కూడా 1950 వరకు పంపేవారు.

దినవహి హనుమంతరావు గారు

హనుమంత రావు గారికి 1922 నాటికి అరవై యేళ్ళు దాదాపుగా ఉండేవి. పొడుగు తగిన లావు, తల మీద వెంట్రుకలు నెరసినవి. గంభీరమైన ముఖము. దర్జాగా నడిచేవారు. ఆయనకు మోచర్ల రామచంద్ర రావు గారు, న్యాపతి సుబ్బారావు గారు, బి.ఎన్. శర్మ గారేకాక, కాకినాడ రాజమండ్రి, చెన్నపట్నం మొదలైన ప్రాంతాలలో moderate non-brahmin స్నేహితులు. ఆయన Mesonic Lodge member. చాలా పలుకుబడి గల వారు 1921 నాటికి పూర్వం 12 సంవత్సరాలుపై కాలం నుండి బెజవాడ చైర్మనుగా (మునిసిపల్) ఉన్నారు. అప్పట్లో చైర్మన్ కు చాలా అధికారాలు ఉండేవి.ఆ కాలంలో మున్సిపల్ ఇంజనీరు, శానిటరీ ఉద్యోగులు అందరూ చైర్మను అధికారం క్రింద పని చేసేవారు

హనుమంతరావు గారికి గొప్ప పలుకుబడి ఉన్నది.బెజవాడ వైశ్యులు ఆయనను చూసి గడ గడలాడే వారు. గురుమంహంతు అప్పలస్వామి పాత్రుడు గారు, నగరాల నాయుడు మున్సిపల్ కాంట్రాక్టర్లు ఆయన అనుయాయులు. అబ్కారీ కాంట్రాక్టరులు, ఊరిలోని నగరాల కుటుంబాల వారు బలవంతులుగా నుండేవారు. ... వగైరాలు అబ్కారీ కాంట్రాక్టర్లు. అప్పలస్వామి గారు హనుమంతరావు గారికి కుడి భుజం గా ఉండేవారు. హనుమంత రావు గారికి వైశ్యులు, ఊళ్ళో రైసు, ఆయిలు మిల్లు వారు లోపాయికారిగా అర్ధణా వాటా ఇచ్చేవారని అనుకునేవారు. చెన్నపట్టణం లోని గొప్ప కంపెనీలలో మున్సిపాలిటీ సామానులను హనుమంతరావు గారు ఖరీదు చేసే వారు. వారికి అడగకుండానే కమిషన్ ఇచ్చేవారు. హనుమంతరావుగారు సంపన్నులు[18]. వారికి బందరులో కలెక్టర్ బంగళా మొదలైన పెద్ద బంగాళాలుండేవి. ఉల్లిపాలెంలో తోట ఉండేది. హనుమంతరావు గారికి నలుగురు కొమార్లు. కొన్నళ్ళు పెద్ద కుమారుడు పురుషోత్తమ రావు గారు. చెన్నపట్నంలో ఉండేవారు. రెండవ కుమారుడు వెంకటపతి రావు గారు బెజవాడలోఉండేవారు. మెట్రిక్యులేషన్ దాకా చదువుకున్నారు. కాని ఉద్యోగం చేయలేదు. హనుమంతరావు గారిది అసలు కాకినాడని జ్ఞాపకం. వారికి అక్కడ చాలామంది బంధువులు ఉన్నారు. ఆయన చిన్నప్పుడు చాలా అందంగా ఉండే వాడట. జిల్లా కోర్టు అధికారం క్రింద ఉన్న ఒక మైనరు కన్యకు వివాహం కాక హనుమంతరావు

---

(18)హనుమంతరావుగారు కాకినా డకాపురస్థులని, సంపన్నులనీ, నాటకాలంటే ప్రీతి అని, ఒక నాటక కంపెనీ స్థాపించారని చిలకమర్తి వారి స్వీ.చలోఉన్నది.

గారు స్వయంవరం ఏర్పాటు చేశారట. ఆమె హనుమంత రావు గారిని వరించినది. హనుమంతరావు గారు ఇంగ్లీషు చదువుకున్నారు.

ఆయన బెజవాడలో చైర్మనుగా ఉన్న కాలంలో ఊరు చిన్నది. నీటి కొళాయిలు మొదటలేవు. పూర్వం చైర్మనుగా పనిచేసిన డి. శామ్యూల్ గారు ఈ ఊరు సుందరంగా చేయాలని కాలువ ప్రక్కన తోటలు వేయాలని, కొండల పైన చెట్లు పెంచాలని ఒక స్కీము వేశారట.అది జరగలేదు గానీ బందరు కాలువ D.P.Wవారి రహదారి బంగళా వెంబడిని ఒక రోడ్డు వేసి దానికి రెండు పక్కల రోడ్డు వేసి అందంగా చేశారు. అయితే అందులో ఆ కాలంనాటి దొరలు విహరించేవారు. పశువులు మేపడానికి, గడ్డి కోసుకోటానికి ఎవరైనా వెడితే వారిపై దౌర్జన్యం చేసేవారు. కాలువలో స్నానం చేసేవారిని బాధించేవారు. ఆ సందర్భంలో క్రిమినల్ కేసులు జరిగినవి. పెద్దిభొట్ల వీరయ్య గారు తమ స్వీయ చరిత్రలో వ్రాశారు (పుట 147).

హనుమంతరావు గారు చాలా ఓపిక కలవారు. వారు వర్షం కురుస్తున్నా నిక్కర్లు తొడుగుకొని జట్కా వేసుకుని వచ్చి రోడ్డుమీద మోకాలు లోతుగా నీరు ఉండగా శానిటరీ స్టాఫును పిలిచి రోడ్లకు గండ్లు త్రవ్వి నీళ్లు పోయేటట్లు చేసే వారు.స్వయంగా వీధులు తిరిగేవారు. పురపారిశుద్ధ్యంలో లోపాలు చేసేవారిని శిక్షించేవారు. తిట్టెవారు. బెజవాడ ఊరిలో చిన్న చిన్న రోడ్ల సందులలో ఇంటి వాళ్ళు అరుగుల కట్టి ఆక్రమణ చేస్తే బద్దలు కొట్టించేవారు.

ఒకమాటు ఊరిలో ధనవంతుడైన ఒక ఆసామి అరుగును బద్దలు కొట్టిస్తుంటే అతడు వ్యాజ్యం వేసి ఇంజక్షన్ ఆర్డరు తెచ్చాడు. ఆ ఆర్డరు వచ్చే లోపలగానే అరుగు బద్దలు కొట్టించేశారు. కోర్టులో ధైర్యంగా వాదించారు.

బెజవాడ టెలిగ్రాఫ్ ఆఫీసుకు ఒక పక్కన బందరు మెయిన్ కాలువ పొడవున విశాలమైన కాంపౌండు ఉండేది. వెనుక ప్రక్క మునిసిపల్ రోడ్డు చాల ఇరుకుగా నుండేది. దానిని అంటిపెట్టుకుని మునిసిపల్ బంగళా ఉండేది. ఆ స్థలంలోనే ఇప్పుడు కాళేశ్వరరావు మార్కెట్టు నిర్మించారు. ఇప్పుడు ప్రకాశం గారి విగ్రహం నుంచి పైకి పోయి టెలిగ్రాఫ్ ఆఫీస్ ముందు పక్క నుంచి వెనుక బస్టాండ్ ఉన్న చోటు చాలా ఇరుకుగా ఉండేది.1921 సం. లోమా బావగారు బొడ్డపాటి పూర్ణయ్య గారు టెలిగ్రాఫ్ ఆఫీసు డెప్యూటీ సూపరింటెండెంటు గా నున్నారు. దినవహి హనుమంతరావు గారు ఆయనను ఎరుగును. పూర్ణయ్య, నేను మీ ఆఫీసు గోడ పగలగొట్టి రోడ్డు వెడల్పు చేస్తాను, గోడను లోపలికి జరిపి మరల కట్టిస్తాను. నేను ఈ పని చేస్తున్నానని నీవు మీ పై అధికారులకు టెలిగ్రాము ఇచ్చేయి. వారు వచ్చే లోపల పని పూర్తి చేస్తానని చెప్పి ఆ ప్రకారం చేశారు. మా బావగారు పైకి టెలిగ్రాములివ్వగా పై అధికారులు వచ్చి చూసి చైర్మన్ను గారిని కలుసుకున్నారు. పబ్లిక్కు convenience

కోసం చేశామన్నారు. టెలిగ్రాపు డిపార్ట్‌మెంట్ సెంట్రల్ గవర్నమెంట్ కు సంబంధించినదైనా ఆఫీస్ కాంపౌండ్ మున్సిపాలిటీ లోనిది మా నిబంధనలకు లోబడాలి. మీరు గవర్నమెంటుకు వ్రాసుకోండి అన్నారు. అప్పట్లో కేంద్ర ప్రభుత్వం Executive Central Member గా నున్న B.N శర్మగారిని హనుమంతరావుగారు ఎరుగుదురు. అందువల్ల ఎవరూ ఏమీ చేయలేక పోయారు. అప్పటి నుండి విశాలమైన రోడ్డు, స్థలము మునిసిపాలిటీ వశమై ప్రజాసౌకర్యానికి తోడ్పడుచున్నది. నిజానికి హనుమంతరావు గారికిది స్మారక చిహ్నంగా నుండతగినది. అప్పట్లో సహాయ నిరాకరణమ ఉద్యమము ముమ్మరంగా సాగుతన్నది. హనుమంతరావుగారికి జస్టిస్‌పార్టీ ప్రభుత్వంలో పలుకుబడి ఉన్నది. కాంగ్రెస్సు వారాయనను ఏ విధంగా నైనా తొలగించాలని ప్రయత్నించారు. మున్సిపల్ ఎన్నికలు జరిగితే కాంగ్రెస్సుకు మెజారిటీ వస్తుందని ప్రభుత్వం ఎన్నికలు జరుపలేదు.

అంతట అయ్యదేవర కాళేశ్వరరావు గారు, అద్దేపల్లి రామశేషయ్య గారు మునిసపలు పన్నులివ్వ వద్దని ఆందోళన ప్రారంభించారు. వారిని పట్టుకొని 1922 ఫిబ్రవరి లో క్రిమినల్ ప్రాసీజర్ 107 సెక్షన్ల కింద ఒక సంవత్సరం సెక్యూరిటీఇవ్వాలని లేకపోతే శిక్ష అనుభవించేటట్లు శిక్ష విధించారు. వారు జైలుకు వెళ్లారు. 1923 ఫిబ్రవరి వరకు జైల్లో ఉన్నారు. 1922 మధ్యలో ఎలక్షను జరిగింది. అప్పుడు కాంగ్రెస్ పార్టీకి 15 సీట్లు హనుమంతరావు గారు పార్టీకి 8 సీట్లు వచ్చినవి.

అందువల్ల కాంగ్రెస్ పార్టీ వారైన డాక్టర్ D.S రామచంద్ర రావు M.A., M.D గారు 1922 డిసెంబరులో చైర్మను అయినారు. హనుమంతరావు గారు ప్రతిపక్షంలో ఉన్నారు. అటు తర్వాత హనుమంతరావు గారి పార్టీకి క్రమంగా బలం తగ్గిపోయింది. ఆదివరకు వారి పక్షం ఉండే వైశ్యులు కాంగ్రెస్సు పక్షంలో చేరారు. బెజవాడలో దినవహి వారి సత్రం ఉండేది. హనుమంతరావు గారి కుమారుడు వెంకట రావు గారు దాన్ని ఆక్రమించి సొంతం చేసుకున్నారు. వారి ఆస్తి విభాగాల నిమిత్తం దావా తెచ్చారు. ఆస్తి పంపిణి చేయటానికి కోర్టువారు నన్ను కమీషనరుగా వేశారు. హనుమంతరావుగారు సహకరించ లేదు. నేను ఆస్తిని inspect చేసి సరియైన ప్లానులు విలువలుతో 5 భాగాలు చేశాను. కొన్నాళు నక్కడాలు చేశారు. ఆయన దాని గురించేమి ఆక్షేపణ చేయలేదు.

ప్రస్తుతం sub-way ఉన్న ప్రదేశానికి ఉత్తరంగా టెలిగ్రాఫ్ ఆఫీసు ఎదురుగ కొంత దూరంలో రైల్వే లెవెల్ క్రాసింగ్ ఉండేది. అది చిన్నది. దానిని అన్ని రైళ్లకోసం తరుచు మూయడం వల్ల ప్రజలకు చాలా ఇబ్బందిగా ఉండేది. జట్కాలు మొదలగు బండ్లు పావుగంట నుండి అరగంట దాగా ఆగిపోయేవి. ఆ గేటును వెడల్పు చేయించడానికి చైర్మన్ గారు పై అధికారులతో ఉత్తర ప్రత్యుత్తరాలు interviewలు జరిపి గేటు మూసినప్పుడు

రైలు వచ్చే లోపల మనుషులు మాత్రం పోవడానికి ఏర్పాటు చేయించారు. హనుమంతరావు గారు శివరాత్రికి జరిగేరథోత్సవ సమయంలో టెలిగ్రాఫ్ ఆఫీస్ మెయిన్ కాలువ రోడ్డు పక్కన ఉన్నస్థలములో పందిళ్లు వేయించి నీళ్లు జల్లించి చలివేంద్రం పెట్టారు. రథోత్సవం చూడటానికి వచ్చిన సామాన్య ప్రజలకు సౌకర్యాలు కలిగించేవారు. ఆయన చైర్మనుగా నున్నంతకాలము ఇలా జరిగింది. గాని తరువాత మునిసిపాలిటీ వారు క్రమ క్రమంగా ఈ మర్యాదలను మానివేశారు. రైల్వే లెవెల్ క్రాసింగు కోసం సర్వే నిర్మాణమైన తరువాత ఆ పూర్వ పద్ధతులకు ఆవకాశమే లేకుండా పోయింది.

శ్రీ అయ్యదేవర కాళేశ్వర రావు గారు

మున్సిపల్ ఎన్నికలు జరుపనందుకు పన్నులు నిరాకరణ ప్రోత్సహించినందుకు 1922 ఫిబ్రవరిలో ఒక సంవత్సరం శిక్ష పొందిన కాళేశ్వరరావు గారు 1923 ఫిబ్రవరిలో విడుదలయ్యారు. ఆయనకు బార్ అసోసియేషన్ వారు టౌన్ హాల్ లో సమ్మాన పత్రిక సమర్పించారు. అప్పుడు తీసిన ఫోటోలు నేను కూడా ఉన్నాను. నేను మధుసూదన్ రావు గారి దగ్గర జూనియర్ గా ఉన్నాను. కాళేశ్వరరావుగారి చెల్లెలు శ్యామలాంబ గారు ఆరుగోలను లో నందూరి వారి కోడలు. డా.ఘంటసాలశర్మ గారు నందూరి వారి అల్లుడు. గారు నేను కాళేశ్వరావు గారి ఇంటికి వెళ్ళాము. ఆయనకు నామీద చాలా దయ కలిగినది. ఆయన చాలా స్నేహ పాత్రుడు. కీర్తి కాముడు. కాంతా కాంచనాలయందా సక్తిలేదు గానీ కీర్తి సంపాదించాలని తాపత్రయం పడేవారు. శర్మ గారికి ఆయన మీద గౌరవం ఉన్నది కానీ కొన్ని సందర్భాల్లో కాళేశ్వరరావుగారి పద్ధతులు నచ్చేవి కావు. కాళేశ్వరావు గారిలో ఒక చిత్రమైన స్వభావం ఉండేది. మన వాళ్ళు ఎలాగా మనం చెప్పినట్లు వింటారు. గనుక శత్రువర్గం వారిని ఏదో విధంగా లోబర్చుకోవాలని తాపత్రయం పడేవారు. అందువల్ల కొన్ని లొల్లిపనులు చేసేవారు. అందువలన ఆయన పక్షం వారికాయన మీద కోపం వచ్చేది. కాళేశ్వర రావు గారు బ్రాహ్మణేతర వర్గ నాయకులతో ప్రవర్తించే పద్ధతుల వల్ల ఆయన కాంగ్రెస్ మిత్రులకు అసంతృప్తి కలిగేది. తరువాత ఆయన మున్సిపాలిటీలో చైర్మను గానున్నప్పుడు కొళంద రెడ్డి గారితో ఆయన జరిపిన మంతనాల వల్ల శర్మగారు, కావలి శంకరావు గారు, గులాం మొహిద్దీన్ సాహెబుగారు వగైరాలు ఆయనకు వ్యతిరేకం గ్రూప్ గా ఉన్నారు.కానీవారికి అపకారం చేసేవారు కారు. కాళేశ్వరావు గారికి శర్మ గారి మీద కోపం వచ్చింది. మున్సిపాలిటీలో బలవంతుడు అవుతున్నాడని తోచి ఆయన శత్రు పక్షం వారికి సహాయం చేయడం ప్రారంభించారు.

కాళేశ్వరరావు గారిది చిత్రమైన ప్రకృతి. తాము తలపెట్టిన కార్యం సాధించడానికి సామ దాన భేద దండోపాయాలు ఉపయోగించడానికి వెనుక తీసేవారు కాదు. శిష్ట్లా వెంకట కృష్ణయ్య గారు కాళాశ్వరావుగారు లో కరణీక బుద్ధి పోదనే వారు. ఒకప్పుడు కాళేశ్వరావుగారు చేసే చర్యలు విపరీతంగా నుండేవి. బహిరంగ కాంగ్రెస్ సభలు జరిగినప్పుడు మతం చాలా సుబ్రమణ్యం గుప్తా గారు చాలా మోటుగా మాట్లాడేవాడు. ఉపన్యాసాలలో మున్సిపల్ హల్వా మొదలైన అసహ్యపు మాటలు

ఉపయోగించేవాడు. పాటక జనం ఆయన ఉపన్యాసాలకు విరగబడి వచ్చేవారు. కాళేశ్వరరావుగారు ఆ సభలకు అధ్యక్షత వహించేవారు. "గుప్త మహారాజ్" అని ప్రోత్సహించేవారు. గుప్తా కాళేశ్వరరావు గారు ఇంట్లోనే ఉండే వాడు. తరువాత విజ్ఞాన చంద్రికా మండలిలో రావు గారితో పాటు గుప్తా గారు సహాయ కార్యదర్శిగా చేసి ఆ గ్రంథాలు అమ్మకాన్ని ప్రోత్సహించడానికి ఊళ్ల వెంట పంపించేవారు. కాళేశ్వరరావు గారి ఇంట్లో సాధారణంగా భోజనం వేళకు అక్కడ ఉన్న వారందరినీ భోజనమునకు లేవమనే వారు. ఇంట్లో ప్రయత్నం ఉందా లేదా అనే ఆలోచన లేదు. ఆయన అక్కగారు కోటమ్మ గారు విసుగుకునే వారు. భార్య దుర్గమ్మ గారు నవ్వుకునేవారు. కాళేశ్వర రావు గారు భోజనం దగ్గర కబుర్లు చెబుతూ సరదాగా ఉండేవారు. నెయ్యి చేతిలో ధార పడుతూ ఉంటే చాలు అనే మాట చెప్పడం మరచి పోయే వారు. ఇతరుల ఇంట్లో భోజనం చేసినా అంతే. కాళేశ్వర రావు గారు ప్లీడర్ పనిచేసిన రోజుల్లో పార్టీలతో పరధ్యానంగా మాట్లాడుతూ ఉన్నా చెప్పిన సంగతులన్నీ జ్ఞాపకం ఉంచుకునే వారని జయంతి పురం రాజాగారనేవారు. కాళేశ్వరరావుగారు పార్టీలతో మాట్లాడుతూ మాట్లాడుతూ లోపలికి వెళ్లి చెంబు పుచ్చుకుని పాకీ దొడ్డి గుమ్మంలో పెట్టి దొడ్డిదారి డాక్టర్ చార్లెస్ ఇంటికి వెళ్ళ్యావారట. ఆయనకు కడుపుబ్బరం వల్ల అపాన వాయువు వల్ల గుండెదడ కలిగితే గుండె ఆగుతుందని చేత్తో పట్టుకుని డాక్టరు పర్వాలేదనే వరకు తీసేవారు కాదట. కాళేశ్వర రావు గారికి పూర్వాచారాల మీద నమ్మకం లేదు. లేకపోలేదు, ఆయన ఆచారాలు పాటించే వారు కారు. స్నానం కూడా సరిగా చేసేవాడు కాదు. బొట్టు పెట్టుకునే వారు కాదు. తద్దినము పెట్టకుండా మానేవారు కాదుగాని, పురోహితుడు ఏదో మంత్రం చెబుతూ ఉంటే కానీయండి అని చేయి తిప్పుతూ ఉండేవారు. ఆయన అక్కగారి మాటకు జవ దాటేవారు కారు. అబ్బాయి రమ్మని పిలిచేటప్పటికి వెళ్లి కూచ్చునే వారు. ఇంట్లో ఏదైనా వ్రతాలు జరిపినా అలాగే జరిపేవారు. ఆయన బ్రాహ్మణతరులతో కలిసి బాహాటంగా భోజనం చేసేవారు. ఇంట్లో మాల కుర్రవాళ్లు తిరుగుతూ ఉండేవారు. ఆయనకే దన్నా జబ్బు చేస్తే ఒక ప్రక్క చార్లెస్ గారి ఇంగ్లీషు మందు ఇంకో ప్రక్క ఆచంట లక్ష్మీపతి గారి ఆయుర్వేద మందు పుచ్చుకునేవారుకోటమ్మ గారు ఎవరిచేతనో జపం చేయించి విభూతి పెడితే పెట్టించుకునేవారు. మంత్ర తీర్థం ఇస్తే ఊ అని మింగేవారు. పాత ఊళ్లో ఆంజనేయదాసు అనే బ్రాహ్మణేతర రామభక్తుడుండేవాడు. ఆయన కాషాయ గూడ కట్టుతో గిరజాల జుట్టుతోవచ్చి హాలులో పడకకుర్చిలో నిండుగా అప్పడప్పుడు రామా!! అంటూ ఉండేవాడు. కాళేశ్వరరావుగారాయనని గౌరవించేవారు. అతడు తరుచుగా వారింటనే భోంచేసేవాడు. ఆయన హనుమద్దో పాసకుడని, మంత్రించు వాడని అనేవారు.

శ్రీ ధర్మానంద సరస్వతి స్వామి

శ్రీ కాళేశ్వర రావు గారి మేడమీద బస చేసేవారు. డా.శర్మగారింటికి వస్తూ ఉండేవారు. అందువల్ల నాకు పరిచయం అయ్యారు. వెంకటగిరి వరహగిరి గారి భార్య సరస్వతీ భాయి గారు పూనాలో చదువుకుంటు ఉండగా ఆయన వివాహం చేసుకున్నారు. వారి మామగారు ధర్మానంద సరస్వతి అనే పేరుతో సన్యాసియైనారు. మహారాష్ట్ర బ్రాహ్మణ కుటుంబానికి చెంది మహారాష్ట్రము, కన్నడము తెలుగు ధారాళంగా మాట్లాడేవారు.

వారు పూర్వం మిలటరీ డాక్టరుగా ఉండి అనేక దేశాలు తిరిగి పించను పుచ్చుకొని సన్యసించారు. వారి పేరు ధర్మానంద సరస్వతి. ఆయన ఆజానుబాహుడు. చాలా మంచివాడు. చెన్నపట్నంలో ఆంధ్రపత్రిక ఆఫీసులో బస చేసేవారు. మైసూర్ మహారాజా కృష్ణరాజ వడయారు గారి ఆతిథ్యం పొందేవారు. ప్రతి కాంగ్రెస్ సభకు వెళ్ళేవారు. ఆయన బెజవాడకు వచ్చినప్పుడు కాళేశ్వర రావుగారి ఇంట్లోనే బస చేసేవారు. వారికి శర్మ గారి పైనా నా పైన చాల దయ. వారు అప్పుడప్పుడ మా ఇంట్లోకూడా బోజనం చేసేవారు. కొంతకాలానికి మా ఇంట్లోనే బస చేసేవారు. మాపెద్దబ్బాయి పుట్టిన 11–1–1936 తేదీన వారు మాఇంట్లోనే ఉండినారు. వాడి జాతకమును స్వయముగా వ్రాసి యిచ్చారు. ఆశ్చర్యమేమిటంటే "అబ్బాయి జంధ్యం వేసుకొని పుట్టాడు కనుక్కోండి" అన్నారు అది నిజమే అయినది పేగు మెడలో ఉన్నది. ధర్మానంద సరస్వతి గారికి మా మిత్రులు జయంతి పురం రాజా గారి పైన వేలూరి సత్యనారాయణ గారి పైన కూడా చాలా దయ. ఆయన చాలా కాలం నాకు ఉత్తరాలు వ్రాసేవారు. ఒక మారు రామ మోహన్ లైబ్రరీ లో ఆయన ఉపన్యాసం ఏర్పాటు చేశారు. తెలుగులోనే మాట్లాడారు. ఆంజనేయ దాసు అనే ఆయన కాళేశ్వరరావుగారి హాల్లో పడక కుర్చిలో కూర్చుని ఉండడం స్వామి వారికి అసహ్యంగా ఉండేది. దానిని గురించి వారు విమర్సిస్తూ ఉండేవారు. స్వామివారికి జ్యోతిష్యం లోమంచి పాండిత్యం ఉన్నది. ఆయన మా అబ్బాయి జాతక చక్రం వేసి కొద్దిగా చర్చించారు. మా అమ్మగారు నా భార్య పైన కొంత కోడంత్రికం జరిగించేది. నేను సర్కస్ మేనేజరులాగ ముభావంగా ఉండేవాణ్ణి. నేను నా భార్య చెప్పినట్లు వింటున్నానని ఆవిడ అనుకానేది. నిజానికి నేను ఎవ్వరిమాట వినేవాడని కాను. ఈ విధంగా కొంత మనస్తాపం కలుగుతుంటే స్వామివారితో వారితో చెప్పాను. మీ జాతక ప్రభావం వల్ల మీ అమ్మగారికి మీకు సామరస్యము లేకపోవడం జరుగుతుందన్నారు. ఆంజనేయ దాసుగారు బెజవాడ కొత్తపేటలో ఉండే వారు. బహుశా నగరాల కులం వారని అనుకునే వారం. వారు

ఆంజనేయోపాసకులు. వారికేవో కొన్ని సిద్ధులుండేవని అనేవారు. వారు కాళేశ్వరరావు గారింట్లో భోజనం చేసేవారు. ఆడవాళ్ళు ఆయనకు పలహారాలు చేసిపెట్టేవారు. మధ్య మధ్య రామ అని గట్టిగా అంటూ ఉండేవారు. కాళేశ్వరరావు గారు కూడా ఆయనను గౌరవించేవారు ధర్మానంద సరస్వతి గారికిది అసహ్యంగా ఉండేది. ఆయన విసుక్కుంటూ అప్పుడప్పుడు విమర్శించేవారు. స్వాములవారు తెల్లవారుజామున లేచి దండెములు తీసి స్నానం చేసి ప్రాణాయామం చేసే వారు. 70 సంవత్సరాలు దాటినా మంచి ఆరోగ్యంగా ఉండేవారు. పెద్ద పొడుగాటి కర్ర చేత బూని, ఖద్దరు కాషాయి పంచ కట్టుకునే వారు. ఖద్దరు లాల్చీ కూడా వేసుకునేవారు వారి వడక చుట్టు కూడా ఖద్దరు కాషాయ రంగులదే. ఆయన మామూలు భోజనం చేసేవారు. కారం కొంచం తక్కువ తినేవారు. వారికి కంది కట్టు అంటే ఇష్టం. గోధుమ అన్నంలో చక్రకేళీ పండుపిసికి తినేవారు. కంది కట్టులో నిమ్మకాయ పిండేవారు. అది ఒంటికి బలం ఇస్తుందనే వారు. వారికి స్వల్పమైన పెన్షన్ వచ్చేది. ఒక మాటు ఆయన కుమారుడు వచ్చి కంటి డాక్టర్ గారైన క్షీరసాగరంగారింట్లో బస చేశారు. వారు మహారాష్ట్రులు. ఒకమారు వారు నేను, రామమోహన గ్రంథాలయంవైపు షికారుకు వెళ్లినప్పుడు వారు స్వాములవారు వారితో రోడ్డుమీద చాల సేపు మరారీ భాషలో మాట్లాడినారు. స్వాములవారికి నారాయణ అయ్యర్ గారు రచించిన Permanent History of Bharata Varsha, నారాయణ అయ్యర్ గారు రచించిన ఖగోళ శాస్త్రం కి సంబంధించిన వేదాంత గ్రంథాలు అంటే చాలా ప్రీతి. మన శాస్త్రాలకు ఆవిధమైన interpretation ఇవ్వడమే సమంజసమైనదని అని వారి ఊహ. Permanent History of Bharata Varsha లో మన పూర్వ పండితులు చేసే సిద్ధాంతాలు Theosophists చేసే సిద్ధాంతాలు ఖండించి వేదశాస్తాలకు మహాభారతానికి అంతరార్ధాలు, చర్చలు చేశారు. దానికి నన్ను తెలుగులో తర్జుమా చేయమని ఆ గ్రంథకర్త (Trivendram) అనుమతి కూడా పుచ్చుకుని నాకు వ్రాశారు. కొన్నళ్లు దానిని తెలుగు చేద్దామని అనుకునేవాణ్ణి. కాని నా స్నేహితుడు వెంకటప్పయ్య కాశి అంటే కాశి కాదు అయోధ్య అంటే అయోధ్య కాదు అని ఎగతాళి చేసేవాడు. స్వాములవారు తెలుగులో ఏమేమో చెప్పేవారు. వారి బోసినోటితో కొంచెం యాసతో మాట్లాడే వారు. ఒక మారు లోకమాన్య తిలక్ ను ఒకే గురువు అనే వారు – ఒక రోజున నవ్వతూ దాని అర్థం తమ భావాలు ఒకే విధమైనవని అని అన్నారు. వారికి ... మానము, మహారాష్ట్ర దేశాభిమానము చాలా ఉండేది. తురకలు దుర్మార్గులు అనే భావం ఉండేది. గుజరాత్ లోను, సింధిలో పురుషులు బలహీనులని అక్కడ స్త్రీల పాతివ్రత్యానికి భంగం కలుగుతున్నదని అని అనేవారు. ఆయన ప్రతి కాంగ్రెస్ కు వెళ్ళేవారు. కాంగ్రెస్ నాయకులతో ఆయనకు పరిచయం ఉండేది. ఉత్తర హిందూ స్థానంలో యతి పూజ చేస్తారని. వీధులు కలిసే

నాలుగు నడవలలో కొన్ని వేళల లడ్డులు, ఫలహారాలు పెడతారు. దక్షిణదేశంలో సన్యాసు లపై గౌరవం లేదనేవారు స్వాముల వారికి మన జ్యోతిష సిద్ధాంతాల పైన నమ్మకం ఉన్నట్లే మంత్ర తంత్రాల మీద కూడా కొంత నమ్మకం ఉందని నాకు తోచింది. నా కుమార్తె బేబీ అనేది చాల తెలివైనది. అ పిల్ల తెలివితేటలు చూసి అందరూ సంతోషించేవారు. ఆ పిల్ల 1935 నవంబర్ 14వ తేదీటైఫాయిడు జర్వం వల్ల చనిపోయింది.Meningitis వచ్చింది. అప్పటికి antibiotics లేవు.Prontocileఆనే మందుమన దేశానికి రాలేదు. పిల్ల చాలా బాధ పడి పోయింది. నాకు మనశ్యాంతి లేకుండా పోయింది. నాకు రోజులు బాగా లేవని, శని పట్టుకున్నాడని అనుకున్నారు. స్వాములవారు నాతో శని స్తోత్రం చేయవలసిందని గుప్పెడు నల్ల నువ్వులు తీసుకుని తల చుట్టు త్రిప్పి ఉత్తర దిశగా పారవేయ వలసినదని చెప్పారు. పూర్వకాలపు వారందరికీ గ్రహాలందు నమ్మకముండటమేగాక, నవగ్రహాల శాంతి చేయడానిగూర్చిన నమ్మకం కూడా ఉండేది.స్వామివారికి మిలటరీలో డాక్టరుగా ఉండినా, సన్యాసియైనా మహారాష్ట్ర బ్రాహ్మణాచారాలను పూర్తిగా విస్మరింపలేదు.మహారాష్ట్రులకు, కన్నడులకు, తెలుగు వారికి. హేమాద్రి రచించిన వ్రత ఖందము ప్రమాణ గ్రంథము.

వేలూరి సత్యనారాయణ గారు

కాళేశ్వర రావు పంతులు గారు రాష్ట్ర కాంగ్రెసు కార్యదర్శిగా ఉండేవారు. వారి కిందనే వేలూరు సత్యనారాయణ గారు సహాయ కార్యదర్శిగా ఉండేవారు. వీరు భీమవరం కాపురస్తులు. విజయనగరంలో చదివి. బి.ఎ బి.ఎల్ ప్యాసైనారు. ఎం.ఎ చదువుతూ మానేసినారు. చరిత్ర వీరికి ఆభిమాన శాస్త్రము. వీరు, అడవిబాపిరాజు, ముష్టి లక్ష్మీనారాయణ, ముష్టి సుబ్రహ్మణ్యంగార్లకు ప్రియ మిత్రుడు. సత్యనారాయణ గారు, బాపిరాజు, సుబ్రహ్మణ్యం గారు సహాయ నిరాకరణ ఉద్యమంలో పాల్గొని జైలుకు వెళ్లారు. కరిన శిక్ష పాత్రుడై నూనె గానుగ ఆడించేవారట. వీరు గడ్డాలు పెంచుకుని జైలు నుంచి వచ్చిన తరువాత అహమదాబాదు కాంగ్రెస్సుకు వెళ్ళి ఆరావళి పర్వతాలను కూడా చూసి వచ్చారు. సత్యనారాయణ గారు తో నాకు బాపిరాజు ద్వారా స్నేహం కలిసింది. బాపిరాజు నాకు బాల్యస్నేహితుడే. సుబ్రహమణ్యం గారితో తరువాత కొంతకాలానికి స్నేహం అయింది. ధర్మానంద స్వాముల వారికి మా అందరి మీద చాల దయ. మాతో స్నేహంగా ఉండే వారు. వేలూరి సత్యనారాయణ గారు నాతో చాలా చనువుగా ఉండి మా ఇంటికి వచ్చేవారు. అప్పుడప్పుడు భోజనం చేసేవారు. కాళేశ్వర రావు గారి ఇంటికి జయంతిపురం రాజా గారు, ముత్యాల రాజా గారి తమ్ముడు దుర్గ సదాశివేశ్వర్ ప్రసాద్ గారు తరుచుగా వస్తూ ఉండేవారు. వారికి, సత్యనారాయణగారికి బాగా స్నేహం కలిసింది. ఆయన పాళీ భాష చదివారు. ధమ్మపదం అను పుస్తకం ప్రకటించారు. ఆయనకు బౌద్ధమతముపై అభిరుచి కలిగింది. చాలా గ్రంథాలు చదివారు. చాల గ్రంథాలు వ్రాశారు. సత్యనారాయణగారు ఆయనకుపా హియాను భారతవర్ష యాత్ర అంకితమిచ్చారు. ఇది విజ్ఞాన చంద్రిక గ్రంథముగా ముద్రింప బడినది. సత్యనారాయణ గారు బౌద్ధ మహో యుగం రచించారు. సత్యనారాయణగారు కొన్నళ్లు నా దగ్గర జూనియర్ గా ఉండి తరువాత భీమవరంలో ప్రాక్టీసు పెట్టారు. వీరిని గురించి నేను ఆంధ్రపత్రికలో వ్రాశాను. ఉండవల్లి గుహలను గూర్చి సత్యనారాయణగారు వ్రాసిన వ్యాసం భారతి 1924 సం. జూనులో ప్రకటించబడినది. సత్యనారాయణ గారు చాలా చరిత్ర గ్రంథాలు చదివారు. విన్సెంట్ స్మిత్ వ్రాసిన అసత్యాలను విమర్సించేవారు. సత్యనారాయణగారు రచించన బౌద్ధ మహో యుగంలో బుద్ధుని కాలనిర్ణయము ను గూర్చి తల్లాప్రగడ సుబ్బారావు గారి Esoteric writingsచదివి బుద్ధుని కాలము 543 B.C అని నిర్ణయించారు. ఆ పుస్తకం గ్రందాలయ

ప్రెస్సులో ముద్రించబడినది. దాని ప్రూఫ్ నేను దిద్దేవాడిని. చిన్నపిల్లలకోసం కొన్ని చరిత్ర వాచక పుస్తకాలు రచించి ముద్రించారు.

సత్యనారాయణ గారికి ఒక విధమైన రుగ్మత బయలుదేరింది. శస్త్ర చికిత్స వీలుకాక పోయింది. ఆశ్రమంలో ప్రకృతి చికిత్స పొందారు. అప్పటికే ఆయన శుష్కించిపోయారు. నేను శర్మగారు వెళ్లి చూసి వచ్చాము. ఆయన భార్య, ఇద్దరు ఆడపిల్లలు ఉన్నారు. సత్యనారాయణ గారు 15-5-1943 తేదీన చనిపోయారు దహన క్రియలకు నల్లూరి పాపయ్య చౌదరి గారు చాలా సహాయం చేశారు. ఆయనను గురించి నేను వ్రాసిన వ్యాసం 25-05-1943 ఆంధ్రపత్రికలో ప్రకటింపబడినది.

జయంతిపురం రాజా గారు

వాసిరెడ్డి దుర్గా సదాశివేశ్వర ప్రసాద్ గారు. వీరు ముత్యాల రాజా గారి జనక సోదరులు. వీరు 1899 సంవత్సరం మార్చి లో జన్మించారు. ఈయన ఇంటి దగ్గర ప్రైవేట్ గా ఇంగ్లీషు సంస్కృతం చదువుకున్నారు. కొన్నాళ్లు ఇంగ్లీషు కళాశాలలో చదివారు. T.L.R.Chandra, I.C.S వీరికి బాల్య స్నేహితుడు. నెల్లూరు స్కూల్లో సహ విద్యార్థిగా ఉండేవాడు. అతడు ప్రెసిడెన్సీ కాలేజీలో బి.ఎ చదివినప్పుడు ఫిలాసఫీ సెక్షనులో నుండేవాడు. నేను హిస్టరీ సెక్షనులో నుండేవాడిని. రాజా గారి తండ్రి గారు వాసిరెడ్డి వెంకటాద్రి నాయుడు గారి కి 5 వివాహాలు. ఆయన అన్నగారికి ఎస్టేట్ వదిలి వేసి జయంతి పురం గ్రామం తీసుకున్నారు. వీరి అన్నగారైన చంద్రమౌళీ స్వర ప్రసాద్ గారిని ముక్త్యాల రాజాగారు దత్తు చేసుకున్నారు. సదాశివేశ్వర ప్రసాద్ గారికి వారు సవతి అన్నగారైనా చాలా ప్రేమ కలిగి ఉండేవారు. రాజా గారు తమ్ముడు రాగూరు. ఆస్తి పంపకాలలో జయంతిపుర గ్రామం రాగూరు గారికి వచ్చినా సదాసివేశ్వరప్రసాదు గారే జయంతి పురం రాజాగారని ప్రఖ్యాతిచెందినారు. ఈయన కాళేశ్వరరావు గారికి మిత్రులైనందువల్లను, కాంగ్రెస్ రాజకీయాలు ఆసక్తి ఉన్నందువలన 1924 నుండి బెజవాడ తరుచు వచ్చేవారు. రాజా గారు వేలూరి సత్యనారాయణగారికి, డా. శర్మగారికి స్నేహితులైనారు. వీరికి బౌద్ధమతముపై చాల అభిమానం. చాలా పుస్తకాలు చదివారు. దమ్మ పదం తర్జుమా చేశారు. వీరికి సంస్కృతం, పాళీ భాషలు వచ్చును. రాజగారు అప్పడినుండే నాకు మిత్రులు. క్రమ క్రమంగా స్నేహం అభివృద్ధి చెందినది. అందువల్ల ఆయన తరుచు మా ఇంటికి వచ్చి గంటలకు కొద్దీ నాతో మాట్లాడేవారు. ఇటీవల వారి కేసులు నేను నిర్వహించటం జరిగింది.

Cherukupalli Venkatappaiah

Venkatappaiah was a very short chap when he joined Second Form in the S. K. P. V. V Hindu High School, Bezawada. He passed SSLC in March 1916. He scored very high marks in every subject. He was detained in SSLC in 1915 for want of age. His classmates, some of them stalwarts and were notorious rowdies bullied him sometimes. Mr. V Ramaswamy Iyer was the headmaster. He was an able teacher. Venkatappaiah wrote a sketch about him in later years in writing about his school days. He joined intermediate class in the Presidency College, Madras. He took up the third group, ancient history, modern history and logic. I also joined the same class little later and we became close friends from that time onwards. He lived with his paternal uncle in Acharappan street. I lived with my brother-in-law in the Kachaleswarar Agraharam. We used to go to college either in the tram or *jhataka* and return home walking. Venkatappaiah passed intermediate exam in the first class and took up history honours course while I joined the pass course in same college. The Home Rule movement was in full swing at the time we joined the college and we had the good fortune to attend the lectures of Mrs. Besant , Lokmanya Tilak and other national leaders.

Venkatappaiah joined the Victoria hostel where I was also in the same hostel. and we had a good time of it. Venkatappaiah passed his honours in 2nd class as he had wasted lot of time in writing long answers to the questions. Later on, when he joined law course he showed his brilliance again passing the examinations in F.L and B.L. That was in 1927- 28. He joined staff of the Swarajya daily edited by Shri T. Prakasam on 12-12-1921 as sub editor and worked there till 1-5-1926. He became very popular and won the laurels of Mr. Prakasam and his colleagues. He was of an affable character and could make friends easily. He was a brilliant student of history and politics and a very good writer of English prose. He learnt shorthand and photography and covered the news in the annual sessions of Congress. He wrote some brilliant articles on Belgaum Congress, Mahatma Gandhi at work and prayer. He introduced many new features in Swarajya and became favourite with Mr. Prakasam. He was practically his Private Secretary for some time. Mr. K.M. Panikkar and Khasa Subba Rao and others were very fond of Venkatappaiah.

Letters of Cherukupalli VenkatappayyaBezawada

5th June 1918

Dear brother,

I am in receipt of your kind and sympathetic letter, and I think it is my foremost duty to offer you my thanks to measure which is beyond possibility for the interest and care you take in my affairs. The sympathy and kindness with which your letter is beaming is highly gratifying to me. I have today applied for a seat in the the Honours class (History branch in difference to the advice of Mr. Amrita Rao) and hope I will be favoured with an early reply. Kindly see that it is duly registered. I think you have already posted the application to Xian College in my name. Will you kindly let me know to what address you have asked them to direct the reply? Did you get any reply from any of the colleges to which you have applied? By tomorrow's Mail I intend going to Rajahmundry where I mean to spend a week or so at my brother-in-law's house and I will try to make acquaintance with some of your friends there. I will come to Madras a couple of days before the opening of the college. I think you will be glad to notice that I am the only Student of the third group with two histories and logic as optional who obtained a first-class certificate the remaining three, S. Apparao, B.N. Neelakantan and S. Rama Iyer do not belong to the logic section. It is disapointing in a great measure to see the members of P.G Satyagiri Nathan and Shyamili Krishna Murthy in the 2nd class while students of inferior rank like myself have been kicked upstairs. Among the Telugu students many came out successful and about four got first class certificates. I am glad to notice that the results for most of Telugu centres are fairly well and I think it is a good augury for the future progress of the Andhra Pradesh in the field of education. Convey my compliments to Mr. K. Amrita Rao and your brother-in-law to whom I presume you have already conveyed the news of my success.

Yours
Ch. Venkatappaiah

A letter of C.V[19] to D.V.S[20] His patriotic views

Rajahmundry
14 June 1918
Dr B Subramaniam L.M.S (National)
Physician and Surgeon
Sometime senior house surgeon Kings Hospital Kolkata

My Dear Siva Rao,

Your much underlined card is to hand, and I have been able to comprehend the full significance of all your asterisks and PSS. I have not yet left this place. My stay being daily elongated as a consequence of the pressure which is commonly brought to bear upon us in circles closely tied with blood and feeling. when I see before me numberless enthusiastic young men attempting to find solution for problems of a grave nature and planning about their future careers, ere they have been ensured of their stand in the battlefield of life, When I come to know of many youths either through study or hearsay, who by their qualities of head and heart have attained such a position that they bid fair to become the future leaders of our country; when I consider the greatness of the man of the stamp of Naoroji and Gokhale and realise what contributed to their fame; and reflect upon the state in what we are - ignorant well they are all abroad; insipid and inactive while they are all activity and energy - an intense gloom comes up on my mind and makes me think that we are after all fit for nothing- When the mind enters into such a state which happens not infrequently, determination to make ourselves worthy of our great country and her famous children are easily made. But just as promise and performance are quite a different distinct pair of things, talk and action are of opposite natures and rarely make their appearance at one and the same moment. It is only in this way that we can explain the failure to achieve and acquire something(?) in the case of individuals like myself. Enough of philosophising. Let me for a moment turn to what concerns us chiefly at this time as I am still have not received the

(19) C. V.Cherukupalli Venkatappaiah (Nephew of Dr. Brahmajyosyula
    Subrahmanyam of Rajahmundry).
(20) D.V.S. Digavalli Venkata Siva Rao.

form of application which you said "would be sent to me tomorrow or the day after "so I have given up Xian College affair altogether but to give up one thing without making sure of the position of another is rather impolite and injurious. I have not yet received the admission card from our college. Will you kindly let me know why it is so? Did you receive it? Further, I hear that seats will be reserved for those who appeared for the examination from the college. Is this a fact?

This is all from your ever dear friend and brother. Though I am sure that there will be very little difficulty for me to procure a seat yet I am always in anxiety for my nature is such and hence troubling you with questions like this reply to Bezawada.

Ch. Venkatappayya

I joined the Bezawada Barin November 1922 although I had passed in April, my sister was ill. I did not attend convocation and got the degree in absentia.

My letter dated 24-12-1922 to CV from Bezawada: I referred to his letter what said he will be busy with his paper in Congress work and may not be able to write regularly. "From the point of view of the natives these weeks are momentous. The policy of a whole people lies in the balance, and we anxiously await the decision"

This Congress referes to Gaya Congress of 1922. C.R Das presided. The council entry question was hotly discussed. The news of no changers prevailed. Mr. Das however favoured the Swarajya party after his Congress in collaboration with Motilal Nehru. They did well in Bengal and the central Assembly.

My letter of January 1923: I can imagine from the "By wire" API, AP special source at the beginning and end of each long news from Gaya The heavy work you have had this week, I have seen this Swarajya diary. It is as stupid as it can be in getup and information and have disappointed your subscribers. I did not buy it. I think your supplement is good but let me tell you that there is a murmur against your paper compared with the Hindu. Try to improve it if you can.

I hear your sister's marriage may take place early this year. So, I hope to see you once again here if I do not go to Madras before that.

I wrote to CV in March 1923 about my encouraging legal practice and asked him to study L.L.B and practice jointly with me. I spoke to his father about it but he was not for it.

"THE SWARAJYA"

Venkatappaiah sent me a circular letter signed by Mr. Prakasam dated 19th August 1923 asking me to be special correspondent and send occasional Publications.

CV to DVS: "I have suggested this idea to Mr. Prakasam of trying to get news without having to pay much. As usual he approved it and wanted me to try it. If you send us news regularly-say a letter or two every week it will be easy to get you free copy. I have sent another circular to Mr. Sarma. If you can give me another name or two, I will send them also"

Telephone number 664
Telegram Swarajya

Swarajya
India's National daily
Editor: T. Prakasam
2-27 Broadway
Madras

19th August 1923

MRRY Digavalli Venkata Siva Rao Garu

Dear Sir,

I am trying to develop some of the special features of Swarajya. May I request you to help me in this attempt by sending occasional contributions to its columns I daresay you have not noticed the district news columns of Swarajya where in all sorts of happenings in the muffusil recorded. I am sure you must have felt more than one occasion that some important news items of your place did not appear. I would like to see that in future you have no occasion to feel that this and it is here that your valuable help is earnestly solicited. Whenever anything of importance occurs in your town, it need not necessarily be political, maybe a serious accident, a sensational case in the court, or the death of a respected townsman- instead of thinking that it is somebody's duty to report, it please send a brief note to Swarajya. I will see that all the important news items sent by you are properly published. You can also at your liesure moments pen a short contribution to the correspondent column of the paper, where in you can make some more full comments on the topics of the day. I am sure there will be in everyday issue something on which you would like to express your opinion- Congress committee's decision, a resolution in a Legislative Council or an announcement by a prominent public man. You will surely have something to say on this- you approve of a thing, or you don't; you suggest an alternative or you want some modifications. A briefly worded letter to Swarajya will help all concerned.

Thanking you in anticipation

I remain yours truly.

Signed T. Prakasam

This letter is reproduced in Prakasam centenary volume published by Ch. V. Muraliraju. I accepted this offer and began to send some contributions. Even before this I was writing. On 21-12-1922Mr. Dinavahi Hanumantha Rao who is a friend of Mocherla Ramchandra Rao and others and was chairman of municipality for over a decade was defeated in elections and Dr.D. S. Ramachandra Rao M.A., M.D set up by A.P Congress was elected as Chairman. He continued till 20-04-1925 when he resigned for the sake of Mr A. Kaleswara rao. I wrote an article on the outgoing chairman and incoming chairman. It was published in Swarajya. It was greately appreciated. Dr. Ramchandra Rao is the son of Reverend Canon (Dhanvada) Anantham. He was highly respected. He was a Christian but read Gita. They celebrated Christmas with decorations in the house with mango తోరణములు. He wore Khadi and was a sincere follower of Gandhiji. He afterwards became president of the District Board, Krishna and a member of the Legislative Council Mysore. It is a pity Congress did not give him his due place. When the time came to distribute loaves and fishes others shared the spoils.

I sent some news items from Bezawada to Swaraj now and then.

I purchased the reception Committee ticket of Coconada Congress and attended it. Vekatappaiah introduced me to Mr. K.M. Pannikar, Editor who came to Coconada. Venkatappaiah telegraphed the Presidential proceedings while it was halfway. He was supplying the description from inauguration.

Dr. Sarma took a cottage in the Congress Nagar on rent and stayed with his family as one of the doctors in charge of the medical team. I did not stay till the Congress was over. I came to Bezawda. The A I C C office came to Bezawada in 1923. D. Gopalakrishnayya was secretary, Baru Raja Rao permanent secretary. After the Congress was over, I interviewed Gopal Krishnayya, General Secretary at Bezawada in January 1924 and asked him to give me his impressions of the Coconada Congress. AICCwas brought to Andhra Desaby DesabhakthaKonda Venkatappaiah and Gopal Krishnaiah. Konda Venkatappayya pantulu was not a president of the Congressbut Presidentof the AICC for six months so he was not entitled to sit in the new AICC office as ex-officio President under clause XIX of Congress constitution. Dr Pattabhi Sitaramayya missled the people when the elections to AICC was held on 13th November by saying that the Desabhaktha, the president and Gopala Krishnayya, the Secretary Representing Guntur ex officio members and so two others can be elected in their place.

Gopalakrishnayya would not be the ex-officio member as only the newly elected secretaries can be ex officio members. Mr. Venkatappayya and Gopalakrishnayya were not present at the time of elections as they had to go to Punjab on working committee business. Dr. Pattabhi was in charge of PCC elections and did this mischief. So, when new names were proposed for Secretaryship of AICC, his name was not on the list. The Andhras were betrayed themselves by this action of Dr. Pattabhi and the AICC office being shifted from Bezawada. In his statement to me as press interviewer on behalf of Swarajya, Mr Gopal Krishnayya gave brilliant picture of the success of Coconada Congress on the spectacular side and expressed his disappointment at the achievements there. This was published in Swarajya and was copied by other papers all over India. A short extract is given by the the biographer of Gopal Krishnayya at page 268 "I am afraid I am not very much in need just now for the Congress. Don't anticipate, I am not alluding to the clever kindness of our provincial Congress Committee in wishing me off its AICC elections to a further term of secretarial office in due sanctimonious observance of a time-honoured superstition …"

"If you can pardon a bit of my egoism, there is not a situation which can claim its toll from a person like myself and also there is not likely be one until something turns up from far away. And there is also no knowing. I have made a serious mistake in taking to politics. I wish to refrain post-haste to the blissful regions of obscurity what would incidentally give me the much needed rest and who knows clearer vision and a more appropriate vocation"Dr. Pattabhi did lot of harm to Mr. Gopalakrishnayya later on. No change and pro change had met and compromised but Gopalakrishnayya's dream of a grand social convulsion arising out of the Congress was as far from India in January 1924 as ever. The cessation of AICC secretaryship meant for him a change from All India politics to domestic politics relating to his own province. Mr Gopal Krishnayya worked hard for four years in his own humble way. He started Diksha Sanghams, collected funds. He organized a procession of Gandhi Pratha to celebrate his release from Yerwada. He presidedover the Godavari District Volunteer conference in Alamuru in April 1924.

The story of Swarajya is the story of the sacrifice of its young Sub-editors.They lived on small and irregular pay;and worked all day and night. The diaries and letters of C.V show the great hardships he and others endured for the sake of the country. I continued to send occasional news items to Swarajya for a number of years. My communications to Swarajya on the police excesses in Bezawada and other villages in the civil disobedience movement of 1932 published prominently on 28 July 1932 with headlines and "Police excess in Bezawada. Pleafor enquiry. Memorial to government" from a correspondent Bezawada July 14 ,1924

The following appeal to the members of the legislative council and the government has been issued by MessersP.V. Subbayya Chaudhari, Venkateswara Rao Chaudhari, M.V. SubbaRao and other members of the Bar in Bezawada.

The following is a collection of police excesses in Bezawada and in other villages. These are not vague allegations but particulars with names and dates. They are only illustrative but not exhaustive (details provided). In 1932 questions were raised in Madras Legislative Council. The government had to issue a communiqué about question being raised by Mr U. C Bhat of Mangalore in the Council. He was my classmate in The Presidency College.

LETTERS OF VENKATAPPAIAH -continued

Ch Venkatappaiah B.A(honours)
Mambalam
Monday July 27th, 1924, 9:00 p.m.
(Typed)
My Dear SivaRao,

I hope you have received my letter and the books yesterday being Sunday, I thought you would write a long reply. I cannot excuse you for having caused this disappointment. I am at a loss to guess what makes you so indolent now a days. I thought my mild rebuke would serve to whip you from your gross indifference or are you so busy with your clients, cases complaints, and all that sort of thing as to be unable to space a few numbers off for a friend who is dying to hear from you?

I spent the whole of yesterday with the photographer who has promised to teach me. We took about 10 pictures in all Madras types; the woman who keeps a kind of hotel on the pavement and is seen at 10 o'clock distributing morsels of rice to the coolies; the coconut seller, the Nair who runs! Walks is more correct moving coffee etc. In end they came out very well. Hence after I hope to do it myself without the professional help.

As soon as I get my salary this month, I will go to the……
and ask for other volumes. I don't think he will refuse to give them. He did not look like prospering in his profession. Perhaps selling the books is his only certain income.

Mr. K.M. Panikkar will be leaving for England this month. He wants to become another St. Nihal Singh and get on by writing to papers from there. Also, he thinks the visit will enhance his value in the journalist's market. GVK and I [21] went to the station to see him off. Please write to me at once

Affectionately Yours, ChV
(G.V.K: G.V. Krupanidhi)

(21) GVK; G.V. KRUPANIDHI

In his diary in 1923 CV rights as follows:

10- 3-1923: DVS writes a very kind and good letter. Is getting some work, wants me to study LLB and practice jointly with him.

———

13-3-1923: received another long letter from DVS describing plans for my going to Bombay and studying LLB. Much touched by earnestness with which he is trying to hammer his ideas on me. Good fellow!

4-3-1923: received a card from DVS in continuation of yesterday's letter. He is taking a lot of trouble about my humble self- 27- 3-1923 Sivarao surprises a visit on some professional work. Spent some time in chatting with him.

28 -3-1923 Sivarao comes to dine with me in Mambalam lodge. Salt tax to be certified. Wandered through the bazaar with D.V.S.

I talked to his father about CVS future career. I told him LT is useless as there are no prospects in colleges. I said that there is a scope for intelligent and industrious young man in courts. At first he was against law but has come around. He said CV can study law for the sake of knowledge. CV notes this in his diary 18- 5-19 23he received a card from his father.

Venkatappaiah did well as Sub-editor of Swarajya. He was popular with other sub-editors and Mr. Prakasam and even the compositor. Mr K Srinivasan, a classmate of Mr Venkatappayya was also in the staff. He left for Bombay afterwards. Some time he was in charge of the daily copy. He had to undergo frustration. Hehad some struggle with Prakasam who however afterwards apologized. He liked CV and spoke well of him all his life. C.V wrote to me about K.M. Panikkar and his ways. He loved G.V. Krupandhii. He wrote to me that he became familiar with my handwriting. His wife though educated was an ideal Hindu Housewife. Venkatappaiah worked in Swarajya for $4^{1/2}$ years and finally quit it on 1-5-1926 and joined the law college on 7-7-1926. C.V passed BL class. However, no first class this year. But topped the second class. CV joined Bezawada bar in 1928. He attended the office of Mr. Velagaleti Dasaratha ramaiah, Government pleader for a few months and set up independent practice. He rose very soon in the profession and made a mark in it. He was very popular with the Bench and the Bar. Venkatappaiah had very good practice and earned wealth. He spent a lot of money. We used to meet every evening after court work. Venkatappayya, myself and Dr. Sarma and Veluri Sivarama Sastry garu were friends. శాస్త్రి గారు మా ముగ్గురిని త్రిమూర్తులు అనేవారు. ఆయన కోరగా కోరగా మేము సురవరం వెళ్ళాము. కానీ ఆయన ఊరికి వెళ్ళారు. చాల నొచ్చుకుంటూ ఉత్తరం వ్రాశారు. వెంకటప్పయ్య తండ్రి బుచ్చి రామయ్య గారు నూజివీడు ఇంటిలో సుఖంగా కాలక్షేపం చేసేవారు. బంధువుల లోని స్త్రీలందరికి చీరలు పెట్టెవారు. వెంకటప్పయ్య ఫోటోగ్రఫీ బాగా చేసేవాడు. వెంకటప్పయ్య గుణదలలో ఒక స్థలం కొని పెద్ద ఇల్లు కట్టడం ప్రారంభించాడు. దానికి 22 వేలు ఖర్చుఅయినది. అప్పుడే కూతురు పెళ్లి కూడా చేశాడు. 31 వేలు ఖర్చు అయింది. మేనల్లుడు, అల్లుడైన అబ్బులు (Dr. Brahmajyosyula B G Sarma) ప్రవర్తనతో అతని మనస్సు చెదిరి పోయింది. వెంకటప్పయ్య 12– 10– 1950 తేదీన రవీసు కాలువలో పడి ఆత్మహత్య చేసుకున్నాడు.

కొన్ని ఉత్తరముల ప్రతులు

రాజా వాసిరెడ్డి దుర్గా సదాశివేశ్వర ప్రసాదు గారు

జగ్గయపేట

12-12-1977

శ్రీ దిగవల్లి శివరావు గారు, హృదయపూర్వక నమస్కరములు తాము ప్రేమతో పంపిన శుభహ్వాన లేఖ తమ కుమారుని వివాహమునకు ఆహ్వానించుచూ పంపినది అందినది. నేను తమ అనురాగమునకు వినయ పూర్వకముగా కృతజ్ఞతలు తెలుపుతున్నాను. వధావరులకు నా శుభాకాంక్షలు. అభినందనాలు తెలుప గోరుతున్నాను, మీకుమారుని గార్హస్థ్య యాత్ర జయ ప్రదముగను, అభ్యుదయ పరంపరలగను ప్రకాశముగ విలసిల్ల నభిలషించు చున్నాను. వివాహమునకు నన్ను తప్పక రమ్మని వ్రాసితిరి. మీవంటి హితైతులైన మిత్రుల **అభిమతముల్లంఘ్యమే** మీ యుత్సాహమున పాల్గొనుటకు నాకూ కుతూహల మున్నది అయితే ఆనాడే వాయిదా ఉన్నది. కాన రాజాలనందులకు మన్నించ గోరుచున్నాను. గృహప్రవేశమున్నది గదా ఏతేదీ నాడు జరుపుదురో తెలుపండి దానికి రాగలను. అది బెజవాడ లో జరుగుతుందని తలుచుచున్నాను.

ఇట్లు భవదీయుడు

వా.దు.శి.ప్ర

1978 సం.

శ్రీ దిగవల్లి వెంకట శివరావుగారికి, నమస్కరములు,

మీరు వ్రాసిన కార్డు నాకు మొన్న అందినది. నిన్న ఆదివారం కనుక ఇవాళ బదులు వ్రాస్తున్నాను. మీరు చేసిన సహాయం మరువలేను. మీకు నా కృతజ్ఞత మీరు వ్రాసిన దాని విషయం అప్పుడు సాంబశివరావు హై కోర్టు డిక్రీ తెనాలిలో అమలు జరుపుతుంటిమి. అది అందుతుంది. దాని నుండి మీకిద్దామనుకొంటిమి. మరి వానిని నుండి నా వకీలు ఆగం చేశారు. అది వృధా అయినది. ఆపైన దావాలు వగైరాల ఖర్చులు వచ్చి పడటం మొదలైన వాటివల్ల పంటలు దెబ్బలవటం మొదలైన వాటివల్ల డబ్బు త్రిప్పు కొనటం చాలా కష్టపడవలసి వచ్చినది. ఈ పరిస్థితులవల్ల మీకు ఇయ్యలేకపోయాము. ఇప్పుడు కైల్లెనవి ధాన్యం అమ్మారు. గాని డబ్బు 4,5 రోజులలో చేతికందుతుంది. అప్పుడు మీకు ఇయ్యగలము. నాకు ఆనారోగ్యంగా ఉంటున్నది. అందువల్లనే మొన్న వాయిదాకు

రాలేదు. నాకు ఆరోగ్యం గలిగి రాగలిగితే నేనే తెచ్చియిస్తాను. భాను ఇక్కడలేదు. బహుశః 5,6 రోజులలో రావచ్చు. భానువస్తే భానైనా వచ్చి మీకిస్తాడు. 10,12 రోజులలోగా యేదోవిధంగా మీకు అందజేస్తాము.

మీ భార్యగారి ఆరోగ్యమును గురించి శ్రద్ధ చేయండి. వార్ధక్యంలో ఇలాటి క్లేశములు కలుగుట దురదృష్టము.

ఇట్లు భవదీయుడు

వా.దు శి.ప్ర

వివరణ:

రాజాగారి కుటుంబానికి సీలింగు వ్యవహారములో నేను సలహా ఇచ్చివారికి నష్టం రాకుండా చేయగలిగినాను. వారు దానికి ఫీజు ఇస్తానంటే నేను పుచ్చుకోలేదు. పూర్వం రాజా గారి తరఫున నేను పనిచేసిన పెద్ద దావా వారంటు అమలుకోసం ప్రతివాది సాంబశివరావుగారు తెనాలి లో ....అక్కడకు డిక్రీ ట్రాన్సఫరు వగైరా జరిపించారు. ఆ బాపతు వ్యవహారంలో execution proceedings లో మాత్రం ఫీజు పుచ్చుకోటానికి అంగీకరించాను. అయితే ఆ వ్యవహారం తేలనందువల్ల ఇంతవరకూ ఫీజు ఇవ్వటానికి వీలు పడలేదు.

నా భార్య Cancer వ్యాధి వల్ల బాధ పడుతూ ఉన్నది. చి రామం చాలా సొమ్ము ఖర్చు పెట్టి చికిత్సలు చేయిస్తున్నాడు. అందువల్ల రాజాగారికి నేను ఉత్తరం వ్రాశాను. దానికి వారీజావాబునిచ్చారు. పాపం వారు వ్రాసిన ప్రకారం సొమ్ము పంపించారు. ఆ సొమ్ము వచ్చేటప్పటికి నా భార్య గతించింది. ఆ సొమ్మునామే దినవారాల ఖర్చుల క్రింద వినియోగించాను

25-08-1983

ఈ నెల 12వ తేదీన మీకు స్మృహ తప్పి మరల 10 నిముషములకు వచ్చినదని వ్రాసితిరి. ఈ వార్ధక్య దశలో మీకిలాటివి తటస్థించుట విచారంగానున్నది. బహుశా అది వార్ధక్యదుర్బలం వల్లనేమొ ఇలా స్మృహ తప్పి పడిపోవటం మరల వెంటనే స్మృహ వచ్చి లేవటమూ నాకూ అప్పుడప్పుడు కలుగుతూఉన్నది. మీరు బాగా విశ్రాంతి తీసుకొనండి. పండ్ల రసం బాగా తీసుకుంటూ ఉండటం మంచిది. ఇలాగ ఆరోగ్యం సరిగా లేకున్నా మీరు మీ పరిశోధనలు విరమించక కృషిచేస్తున్నారు. అదిచాలా విశేషం. క్రియాకరాయణ శీలురకది సహజం. వారి శరీరము బడలినా వారి హృదయమూరకుండదు. ఏదో చేయుటకే పురికొల్పుతుంటుంది. గతించిన కాలపు విస్మృత విషయములను మీరు లేవనెత్తి యానాటివారి కందిస్తున్నారు. అది ప్రశంసనీయము. అయితే అది వెలుగు లోనికి వచ్చే

మార్గమమేమిటి? అట్టి విషయాలందు ఆసక్తి కలవారెవరు? మననాటి వలె చరిత్ర పరిశోధనాది విజ్ఞాన విషయాలకోసం కాలము, శక్తి, బుద్ధులను వినియోగించు వారీనాదేరి? అట్టి విషయములనాసక్తికైయవి తమ స్వంత విషయములుగా స్వాలంబనతో నిస్వార్ధంగా పనిచేశారు ఆనాటి వారు. ఈ నాటి పరిస్థితులయందుకు పూర్తిగా భిన్నము. ఈనాడు అధికార ధనార్జనలకే ప్రాముఖ్యత. పట్టాభిగారు ఆంధ్రోద్యమానికి చేసిన అన్యాయమును గురించి ఏమి వ్రాశారు ఆ అన్యాయమేమిటి? టూకీగా తెలపండి. పట్టాభి గారి విషయం; పై మెరుగులు చూచి చాలామంది భ్రమిస్తూ ఉంటారు. నిజానికి మన సంప్రదాయము సంస్కృతి వారికి సరిగా తెలియవుగాని వాటిని గురించి యేవేవో చెపుతూఉండేవారు.

బ్రాహ్మణేతర ఉద్యమమునకు మూలమేమిటని మీరు వ్రాశారు. నా జీవిత కథలో నేనూ ఈ విషయం కొంచం వ్రాశాను. మీరు చూచిఉందురు. అది ఉద్యోగాలకోసం ఆరాటం దానికి వెల్లింగ్టన్ (గవర్నరు) మద్దతు. ఆ ఉద్యోగాలు కేవలం బ్రాహ్మణులకే గాక బ్రాహ్మణేతరులైన ఆదివెలమలు, నాయళ్ళు మొదలియార్లు పిళ్ళేలు, ఆశపెట్టుకొన్నారు. అధికారంలో ఉన్నవారికి ఆడంబరాలు, ఆశ్రయించేవారుండడము, నిరంకుశత్వం చెల్లుచుండడంబట్టి అధికారం పట్ల ఒక తీరు అభిలాష, వ్యామోహం ప్రబలింది. అంతవరకూ భూములను అంటిపెట్టుకుని సుఖంగా జీవిస్తున్న బ్రాహ్మణేతరులు వ్యామోహం లో పడిపోయారు. తమ వృత్తికి దూరమయ్యారు.

నిజంగా బ్రాహ్మణేతరులకు, బ్రాహ్మణులకు వైరుధ్యం మతపరమైనది. బ్రాహ్మణేతర నాయక శిఖామణుల పెట్టి సెట్టి రామరాయలింగం తమ కార్యములను బ్రాహ్మణుల ద్వారానే జరుపుకొంటూ బ్రాహ్మణులను పూజిస్తున్నారు.

శ్రీ జి. కృష్ణా గారు ఆంధ్ర ప్రభలో అప్పుడు ఇప్పుడు అనే శీర్షికలో వ్రాస్తున్నారు. అది మీరు చూచారా? కొన్ని విశేషాలున్నవి వాటిలో. అవి చూడండి. వాటి పై మీ అభిప్రాయం Note చేయండి.

ఇట్లు భవదీయుడు
వా.దు.శి.ఫ్ర

కాళేశ్వరరావు గారిని గూర్చిన అభిప్రాయము.

"శ్రీ కాళేశ్వరరావు గారు త్యాగే కాని, త్యాగావేశి కాదు. శ్రీ ప్రకాశంగారివలె పైకం ఖర్చుపెట్టరు. కాని పలుచుదనం లేదు. పైకం పెట్టలేదు గాని పట్టాభివలె పైకం చిక్కపెట్టలేదు. జిద్దతనంలేదు. అందువల్లనే ప్రకాశంగారివలె ఆర్ధిక దైన్యమానము లేదు.

పట్టాభివలే కూడబెట్టనూ లేదు. అని శ్రీ కాళేశ్వరరావు గారి జీవిత చరిత్రను గూర్చి అభిప్రాయము రాజాగారు వ్రాశారు.

05-07-1985

శ్రీ దిగవల్లి శివరావుగారికి, ఉభయకుశలోపరి

మీరు వ్రాసిన జాబు అందినది. నా ఆ రోగ్యము కుదుట బడదు. ఏదో జబ్బు కాదు. జరా(వార్ధక్యపు) లక్షణం. మెలిన్సు పుడ్ లాంటి వేవీ పనిచేయవు. ఇంతకు పూర్వమే అట్టివి వాడినాను. అవి తీసుకున్న సమయాన్న కొంచము తేలికగా ఉంటుందే తప్ప ఎక్కువ సేపు ఓపికగా పనిచేయుటకు ఉపయోగించేది కాదు. కాంగ్రెస్సు నాయకులు పరిశుద్ధులుగా నున్నారని కాదు నా అభిప్రాయం. అయితే అందరునూ వారిలాగానే అని తలచను. అందరూ మహాత్మునంత వారు కాజాలారు. ఏ మహాపురుషుని అనుచరులు ఆ మహా పురుషని తరహా కాజాలారు. బుద్ధుని అనుచరులు బుద్ధునంతవారైయ్యారా? క్రీస్తు అనుచరులు క్రీస్తంత అయ్యారా? మరిమన నాయకులలోను వారి వారి మనస్తత్వాలని బట్టి వివిధ రకాలవారున్నారు. గాంధీగారి కార్యక్రమాలను యధాశక్తిగా చిత్త శుద్ధితోఆచరించినవారూ ఉన్నారు:- 1.శ్రీ కొండా వెంకటప్పయ్య గారు 2.బ్రహ్మజోశ్యుల సుబ్రహ్మణ్యం గారు 3. ఉన్నవ లక్ష్మీనారాయణ గారు 4. ముట్నూరి కృష్ణారావు గారు 5. ఉన్నవ రామలింగం పంతులు 6. గీరుకొండ వెంకటరత్నం 7. బిక్కిని వీరస్వామి 8. నరసింహం వేవర సత్యనారాయణ 9. గూడూరి రామచంద్రుడు 10. పొరుంబాక శ్రీకృష్ణయ్య 11.నల్లపాటి హనుమంత రావు 12. కవచ వీడు రమణాచారి 13. ఉప్పలూరి రామాచారి 14. కార్తకవి రామచంద్రరావు 15. మారెల్ల రామచంద్ర కవి.

రెండవ రకంవారు నీతిబాహ్యులు కానివారు 1.తెన్నేటి విశ్వనాధం 2. కడపకోటిరెడ్డి(వీరికి హై కోర్టు జడ్జి పదవి ఇచ్చినా వద్దని నిరాకరించినారు) 3. అయ్యదేవర కాళేశ్వర రావు (వీరు స్త్రీ ధన ప్రలోభాలు లేనివారైతే అధికార వ్యామోహము స్వాతిశయాడంబరాలు ప్రదర్శించు వారు) 4. కల్లూరి చంద్రమౌళి (వీరు ధనమునాసించలేదు స్వాతంత్రయోధులకిస్తున్న భూమి పెన్నులనాసించలేదు, స్త్రీ వ్యసనములేదు) 5.శ్రీ ఒమాండూరి రామస్వామి రెడ్డియార్ 6.విశ్వనాధ దాస్ 7.పాతూరి సుబ్బయ (వీరు తాలూలాకా బోర్టు అధ్యక్షులుగా నీతి యుతులుగా పేరొం దినారు. గాంధీ పరమ భక్తులు. గాంధీ హత్య అనగానే దిగ్భ్రాంతులై "ఆ" అంటూ మరణించారు) 8.డా ఆమంచర్ల చలపతి రావు గారు 9. కరంద 10. రామున్ని వేలకన్. ఇంకా నాకు గుర్తురాని వారుండొచ్చు.

కోటి రెడ్డి గారే గాక వారి కుటుంబం వారందరు నిర్దుష్టులు. నీతి వంతులు. కోటిరెడ్డి గారి భార్య రామ సుబ్బమ్మ గారు జిల్లాబోర్డు అధ్యక్షురాలుగా నీతినిజాయితీలు పరిపాలనా సామర్ధ్యము గలవారని ప్రశంసలందినవారు. వారి రెండవ కుమారుడు రామచంద్రారెడ్డి S.P గా సాదువర్తన గలవారు దురభ్యాసాలేవీ లేవు. పోలీసులకు సహజముగానుండే మద్యము నాయన సేవించరు. అంతేకాదు శాకాహారి. మాంసము తినరు. పెద్ద కుమారుడు జయ భారత రెడ్డి I.A.S కలక్టరుగా మంచి పేరున్నది. అందరూ అపచరిత్రులే కారు. నీతివంతు లుంటారనుటకే ఇది వ్రాసినాను. రాను రాను మరీ చౌకరకం నాయకులు తలకట్టారు. మటుకు వారిననవలసిన దేమున్నది వారి నెన్నుకున్నవారు ప్రలోభాలనాశించి వారికి ఓట్లిస్తూ ఉంటే ఏమి జరుగుతుంది. అలా ఓటర్ల ప్రతినిధులుగా వారు చేస్తున్నారు. వారి ఓట్లు కొన్నవారు వెచ్చించినది వారెలా పూడ్చుకుంటారు అసలు, వడ్డీలేగాక పెట్టుబడికి రెట్లు రెట్లు లాభాలు రావద్దా ఇదీ ఒక వ్యాపారమే

ఇక్కడోక వింత సంగతి వారి(ఈ) అవినీతి శాసన సభ్యుల భావాలకు వ్యతిరేకులమైన మనవంటి వారికి కూడా వారు ప్రతినిధులట. ఇదేమి అన్యాయము? ఏమి సంప్రదాయము? వారెలాంటి నింద్యమైన శాసనాలు చేసినా అవి మనము అంగీకరించినట్టా? మనకు ప్రతినిధులుగా వారు పనిచేస్తున్నారుగా ఇది సుంకర నరసింహం గారి ప్రైవేటు వకీలు పనిలా ఉన్నది. నరసింహంగారు ఫిర్యాదీ తరపునా ముద్దాయి తరపునగూడా పనిచేస్తు రెండు చేతులా డబ్బు సంపాదించారు.

భవదీయుడు

వా.దు.శి.ప్ర

జగ్గయ్య పేట

02-06-1985(?)

శ్రీ దిగవల్లి శివరావుగారు, నమస్కారం
మీరు రాజకీయ విషయాలను గూర్చి వ్రాసితిరి.

1. జాతీయోద్యమములో పాల్గొన్నవారికి బ్రిటిష్ వారి పెత్తన్నం పోతుందన్న నమ్మకం ఉండేది. అది లేకపోతే ఇలా త్యాగాలు చేసేవారు కారు. అయితే డామీనియన్ స్టేట్ అనేది వస్తుందని తలచేవారు.

2. ఉద్యమంలో పాల్గొన్నవారు పూర్తిగా కాకున్నా చాల మట్టుకు గాంధీగారి సిద్ధాంతాలు ఆచరించారు. వారొక బుుషి కల్పుడు. వారి ఉపదేశాల వల్లనే అహింసను అనుసరించారు. హింసాపరులైన వారైనన్నూ లొంగిపోయి వారి

నేరాలనంగీకరించి శిక్షననుభవించారు. ఖద్దరు దాల్చుట, వడుకుట దీక్షగా నాచరించారు. అస్పృశ్యతనూ నివారించుటకు గట్టిగా పనిచేశారు.

గాంధీ గారి కృషి ఫలితంగానే హరిజనులకు దేవాలయ ప్రవేశము లభించినది. మద్య నిషేధం బాగా సాగించారు. స్త్రీలకు చైతన్యం కలిగింది.

3.   శాసన సభలలో ప్రవేశించినప్పుడు తొలుత కొంచం పూర్వ స్మృతితోనున్నారు. అప్పుడు అవినీతి కొంత అంటుకున్నది. రాను రాను శాసన సభ్యులు, మంత్రులు చౌకబారువారైనారు. అన్నిరకాల దుర్వృత్యులకు పాల్పడ్డారు. వీరు వారని కాదు. అన్ని రాజకీయ పార్టీల స్థితి ఇట్లేవున్నది. తెలుగు దేశం వారు కూడా ఇందుకు మినహాయింపు లేదు. వారి మాటలు కోటలు దాటుతున్నాయే తప్ప క్రియ పట్టులో లేదు. వారు చేసిన వాగ్దానాలు వారాచరించేది లేదు. పార్టీ ఫిరాయింపులను వారు ప్రోత్సహిస్తున్నారు. రాజకీయ వ్యభిచారమునిట్లు ప్రోత్సహిస్తున్నారు. వారి మంత్రులలో అక్రమ ధనార్జనరించినవారున్నారు.

అసలీ పద్ధతులోనే లోపమున్నది. దానిని గురించి నా భావాలు వ్రాసి ఉంచాను. బ్రిటన్ అమెరికాలలోనూ ఇలాంటి వక్రగతులు కనిపిస్తూ ఉన్నావాయె.

4.   బ్రిటిష్ వారితో పోరాడుతూ వారిచ్చు సౌకర్యములనుపయోగించుట తగునా అని వారీ ప్రతిపక్షులను కొందరాక్షేపించారు. వారికప్పుడు సమాధానము చెప్పబడినది. అసలు మనదేశమే పెద్ద జైలు. మనకు స్వతంత్రతలేదు. జైలులోనున్నప్పుడు జైలు వారిచ్చినవి తీసుకొనకుండుట పొసగదు అలాటిదెయిది. ఇంకా, ఒక కుటుంబపు పెద్ద నిరంకుశుడైతే ఆ కుటుంబ సభ్యులు కొందరతని ఎదురు తిరిగి పోరాడుతుంటారు. అలా పోరాడేవారు ఆ కుటుంబంలోని వస్తు వాహనాలు వాడుకొనుచుండరా? అలాంటిదే ఇదిన్నీ. అసలీ ప్రశ్న ఉద్యమాధినేత గా గాంధీ గారికీ వర్తిస్తుంది. వారీ విషయం గుర్తించకుందురా?

ఏవో వ్రాసినాను. విస్తృతమైన యా యెన్నికల పద్ధతిలోనే లోపమున్నదని నా అభిప్రాయం. ప్రజల ప్రతినిధులే శాసన సభ్యులు. ఓటర్ల భావముకచ్చితంగా నిరూపించగలరా? ఈ పద్ధతి ఒకవిధంగా నాయక పరువర పద్ధతిగానుంది. పూర్వం ప్రజా పరువర పద్ధతి కిది ప్రతిరూపమనవచ్చు.

వ్రాయుటకు ఓపిక లేదు. ఈ జాబు వ్రాయుట 19 వతేదీన మొదలు పెట్టాను. ఇవాళ 21 వ తేదీన ముగించగలిగాను. అంటే ఓపికలేక మెల్లగా మూడు రోజులు వ్రాశాను.

ఇట్లు భవదీయుడు

వా.దు.శి. ప్రసాదు

జగ్గయపేట
07-06-1985

మీరు రచించిన గ్రందము వీరేశలింగం గారి వెలుగునీడలను ముద్రించారు. పుస్తకం అందంగా రూపొందించారు. ఒక కాపీ నాకిచ్చారు. దానిని ఓపిక గా పూర్తిగా చదివాను. మీరు చేసిన పరిశోధన , శ్రమ ప్రశంసనీయము. గతాను గతముగా వారిని గుర్చి సాగుతున్న పొగడ్తలకది కనువిప్పు కాగలదు. వీరేశలింగం గారిని గూర్చి శ్రీ ప్రకాశం గారు, శ్రీ ప్రభాకర శాస్త్రిగారు చెప్పినారు. ఇప్పుడింకా వారి నిజస్వభావాన్ని సకారణములతో విశదీకరించిరి. మీ రచనకుపోద్ఘాతమన్నట్లు శ్రీ వెంకటేశ్వరరావుగారు కొంత వ్రాసిరి. వారు నిశితముగా విమర్శించిరి.

వా.దు.శి. ప్రసాదు

పద్మభూషణ, కళాప్రపూర్ణ
గొట్టిపాటి బ్రహ్మయ్య
32-2-4 రత్నమాంబ
ప్రజాశక్తి నగర
విజయవాడ–13
తేది 29-08-1983

ప్రియమిత్రులు, పూజ్యులు శ్రీ దిగవల్లి వేంకట శివరావుగారు

నమస్కారములు

క్షేమం. నేను సంవత్సరం నుండి విజయవాడలో మా మనుమడు కొపల్లి రామకృష్ణ ప్రసాద్ వద్ద ఉంటున్నాను. తమ ఆరోగ్యాన్ని గూర్చి వ్రాశారు. ప్రస్తుతం ఆరోగ్యంగా ఉన్నందుకు సంతోషం. వారంరోజుల క్రితం నేనూ మూడు రోజులు డాక్టర్లను పిలిపించుకోవలసి వచ్చింది. మనకు 85 సంవత్సరం వృద్ధాప్యం గదా. శ్రీ వెంకటరత్నం గారికి నమస్కారములు. చిరంజీవులకు ఆశీర్వచనములు. నా జీవన నౌకను గూర్చిన మీ అమూల్య మైన అభిప్రాయమును చదువుకుని ఆనందించాను. డాక్టరు పట్టాభి గారు ఆంధ్ర రత్నం గారికి చేసిన అన్యాయాన్ని గూర్చి వ్రాశారు. నేను 1920 సం నుండి 1940 వరకు వారి సన్నిధానంలో ఉన్నాను. ఎవరైన వారికి "Yes men" గా ఉన్నంతవరకే వారు మెచ్చుకుంటారు. ఒకసారి Town Hall లో బ్రహ్మయ్యగారు లక్ష్మణంతటి వారని మెచ్చుకున్నారు. తరువాత ఆయన ఆగ్రహానికి గురియై 12 సంవత్సరాలు అజ్ఞాత వాసం

చేశాను. పూజ్యులు శ్రీ ముట్నూరి వారు, చెరుకువాడ వారు కూడా ఆయనకు దూరం కాకుండా తప్పలేదు. ఆయన సన్నిహితులు రమణయ్యగారు మాత్రమే. ఆ నిరంకుశుడుతో మేము ముగ్గరము adjust కాలేకపోయాము. పట్టాభిగారి కుమారుడు వెంకటరత్నం మునిసిపల్ కౌన్సిలుకు రాయుడుగారి సహాయం అవసరం. ఆ విషయంపై కృష్ణాపత్రిక ఆఫీసులో కృష్ణారావు పంతులు గారు పట్టాభిగారిని వారి ఎదుటనే చాల కటువుగా విమర్శించారు కూడా. మహా త్యాగమూర్తి ఆంధ్రకేసరి ప్రకాశం పంతులు గారిమీద ఎప్పుడు మహోత్మునితోను, శ్రీ పటేల్ తోను చాడీలు చెప్పటమే గదా. 1946 లో ప్రకాశం పంతులుగారికి వ్యతిరేకంగా, కళావారు వగైరా 18 M.L.A లను కూడ గట్టుకుని తాను ముఖ్య మంత్రిగావలెనని ప్రయత్నించారు. నేను ఆంధ్రకేసరివారి వైపునే పనిచేశాను. ఈ సందర్భములో ఢిల్లీ వెళ్ళాను కూడా పంతులుగారితో కలిసే. అది ఒక గ్రంథం. 1937 సంవత్సరంలో మునిసిపల్ చైర్మనుకు 33ని ఎన్నిక చేయవలసివచ్చింది. గుంటూరుకు శ్రీ ఉన్నవ లక్ష్మీనారాయణగారి ని నేను సూచించాను. ప్రధాన కార్యదర్శిగా. లక్ష్మీనారాయణగారు ఆరు నెలలలో మెజారిటీని మైనారటీగా దింపువాడని తీసివేశారు. అప్పుడు కార్య సంఘములో ఎవరము ఆయనను ధిక్కరించే స్థితిలో లేము. 1938, 1939 జిల్లా బోర్డు అధ్యక్షుల ఎన్నిక సందర్భమున మేము అందరము, శ్రీ కళా, పల్లంరాజు, గోపాల రెడ్డి, సంజీవ రెడ్డి, కల్లూరి సుబ్బారావు వగైరా అంతా మా నిర్ణయము ఖచ్చితముగా చెప్పి ఓటింగుకు పెట్టమనునట్టి సందర్భములో కాంగ్రెస్స్ కమిటీలోని సభ్యులు మాకు అనుకూలముగా ఉండుట జరిగేది. నేనే ముఖ్య పాత్ర వహించినందున ఆయన ఆగ్రహానికి గురి అయ్యాను. ఇట్టివి ఎన్నో. శ్రీ అనటపల్లి నారాయణరావుగారు ఆయనను బ్రాహ్మణ మేధస్సు వైశ్య హృదయం అన్నారు. ఆంధ్రరత్న హృదయంలేని మేధస్సు అన్నారు 1930 జైలులో. ఆంధ్ర ఇన్స్యూరెన్స్ కంపెనీ Honororium గా నెలకు మూడు వేలు గౌరవ భృతి వచ్చే కాగితములమీద సంతకాలు చేసి డబ్బు సంపాదించారని వెల్లడి అయింది కదా! అందుకు గాను major ....ని ...అవకాశం పోగొట్టుకున్నాడు. ఒక గుమాస్తా ఉద్యోగం పోవటం జరిగింది. ఇట్లా ఎన్నో. పెద్ద వాళ్లు పెద్ద తప్పులు చేస్తారు, చిన్నవాళ్ళు చిన్న తప్పులు చేస్తారు. మిత్రులకు వందనాలు.

భవదీయుడు

గా. బ్రహ్మయ్య

త్రిపురనేని వెంకటేశ్వరరావు గారు

శ్రీ త్రిపురనేని వెంకటేశ్వరరావు గారు 12–11–1985 తేదీన నన్ను గురించి శ్రీ రమణా రెడ్డిగారికి వ్రాసిన ఉత్తరం

శ్రీ రమణా రెడ్డి గారికి– నమస్కారము. 08–11–1985 తేదీగల ఉత్తరం అందినది. నాకు అర్థమైనంత వరకు శివరావు గారిని గూర్చి కొంత వ్రాస్తాను. వారు 1910 సం లగాయితు 1916 సం దాకా వీరేశలింగం ఉన్నత ఆస్తిక పాఠశాల విద్యార్థులు. వీరేశలింగం గారి సభలలో రాజమండ్రీ లో ప్రార్థన చేసే విద్యార్థిగా ఉండేవారు. ఆ తర్వాత మద్రాస్ ప్రసిడెంసీ కాలీజీలో చదివారు. 1922 సం లో పోతన వేమనను గూర్చి గొప్పగా అప్పుడే వ్రాసినారు.

కవిరాజుగారి కీర్తిని, శీలాన్ని మెచ్చుకున్నవాడు. వెంకట శాస్త్రి గారే కవిరాజు సూత పురాణాన్ని బూతుపురాణమూ కాదిది, పాతపురాణము గాదు పాతక హారవకా అంటూ యోగ్యతా పత్రిక వ్రాసియిచ్చినప్పటి సాక్షి. కాని నన్ను D.M.K మనస్తత్వవాదిగా అనుమానించి బంగోరే ద్వారా ఆహ్వానించి బ్రాహ్మణ బ్రాహ్మణేతర సమస్యమీద నిష్పక్షపాతంగా వ్రాయగల సమబుద్ధి గలవాడనని ఆ చరిత్ర వ్రాయమని ప్రోత్సహించినట్టివారు. ఇక వైదిక నియోగి సమస్యలో పద్ధతి నియోగంలో ప్రవేశించకున్నవారు. ఇరుపక్షాల సామరస్యం కోరినవారు. వీరేశలింగంగారెంతగా కోరినవారైనా నియోగ దృష్టి పూష్కలంగా ఉన్నవారు. వారి కవుల చరిత్రలో నియోగ పక్షపాత బుద్ధి ఉన్నదని చెప్పే నియోగి. బంగోరే ఆ ఇంట్లోనే ఆతిధ్యం పొందాడు. నేను సరేసరి కలిసి భోజనం చేస్తాం. బ్రాహ్మణులను నిందించాడని గురుతో యీ రచన చేయలేదను కుంటాను. వీరేశలింగం గారు బ్రాహ్మణులను నిందించినట్లు వారు ఇటీవలే గమనించారు. లియోనార్డు(John Leonard) వల్ల గమనించారు. కాంమ్రెడ్ వీరేశలింగం అన్న వ్యాసం 1940 లోనే వ్రాసి పంతులుగారు చెప్పిన కొన్ని గొప్పలను, ప్రాధమ్యాలను కాదన్న వారని, దరిమిలా 1962, 1968 లో వ్రాసిన వారని అందులో ఎక్కడా వీరేశలింగం గారు వివేకవర్ధనిలో చేసిన బ్రాహ్మణ నిందను గమనించి బ్రాహ్మణేతరులకు అది నేర్పినవారు వీరేశలింగం గారన్నది గాని, బ్రాహ్మణేతర ఉద్యమ కర్తలు వారిని మెచ్చి అనుచరించారని గాని వ్రాయలేదు. తెలియలేదు. ఈ భాగం బంగోరే వలన వారి దృష్టికెక్కింది. ఆ సంగతి నాకు తెలుసు. కాకపోతే నిందలేకుండా సంస్కరణ నడపడం హిత సూచని కర్తలో ఉంది. Justice పక్షం దానిని పాటిస్తే ఎంత బాగుండును? అంటారు వీరేశలింగం గారు. వివేక వర్ధనిలో 1876 బ్రాహ్మణ నింద 1910 తరువాత బ్రాహ్మణేతర నాయకులు చదివి మొదలు పెట్టారని నేననుకోను. వాళ్ళు 1876 నాటికి పుట్టలేదు. పుట్టితే చదివే వయసువారై యుందరు. కృష్ణా జిల్లా కాంగ్రెస్స్ ఉద్యమంలో వాలిపోయిన బ్రాహ్మణ సంసారులు గాని, కాంగ్రెస్సు వారలు గాని, బ్రాహ్మణేతరుల గాని శివరావుగారు బ్రాహ్మణేతర వ్యతిరేకత గాని, ఛాందస దృష్టిని గాని చెప్పే వారు లేరు. జయంతి పురం రాజా, పాళీ స్కూలర్ జాతీయ వాది ప్రాణ స్నేహితుడు వీరికి. వారి

గ్రంథాలయిన ఒకటి అచ్చు వేస్తున్నాను నేను. వీరేశలింగం గారు ఆకాశం నుండి ఊడి పడునట్లుగానే దాదాపు చెప్పుకున్నారను కుంటాను. పైగా ఆత్మూరి, ఏలూరి వారి పాత్రలకు అన్యాయం చేశాడు. ఈ విషయంలో 1940 నుంచీ నేటిదాకా ఒక్కరు కూడా వ్రాయలేదని మీకు తెలుసు. వారికి సముచిత ప్రాముఖ్యము ఇవ్వకపోవడం న్యాయము కాదని ఎవరైనా ఒప్పుకుంటారని వారిప్పుడు వ్రాశారు. అదే రామకృష్ణగారు గాని, రమాపతిరావు గారు గాని, మనవారు మరొకరు గాని, నార్ల గాని వ్రాసి యుంటే ఎంత బాగుండేది! కమ్యూనిస్టు అభ్యుదయ రచయితలు వీరేశలింగం గారి వెనుక ఉన్న team వరకు గాని కాకుండా ఒక్క వ్యక్తిగా ఆయన కృషిని తమ సిద్ధాంతానికి భిన్నంగా చెప్పినట్టయిందనుకుంటాను.

రమాపతిరావుగారు బ్రాహ్మణేతరుడైన త్రిపురనేని బ్రాహ్మణుస్ని బ్రాహ్మణుని చేత తిట్టించాడు. కాని బ్రాహ్మణుడైన తాను సాటి బ్రాహ్మణుడైన శివరావుగారిని విమర్శించనని శివరావుగారి కుమారునితో అన్నారట. మరి కొందరు బ్రాహ్మణులు వారిని భూతులు తిడుతూ ఉత్తరాలు వ్రాశారు. ఈ పుస్తకానికి నోట్సు 1970కి ముందే శివరావు గారు తయారు చేసుకున్నారు. 1974 సం లో వ్రాశారు. బంగోరే అచ్చు వేయించుతానన్నాడు. జి యన్ రెడ్డి గారి వద్దకు ఆ వ్రాతప్రతి కాపీని తీసుకుని వెళ్లి ఇచ్చాడు. రెడ్డిగారివద్దే అది ఉంటుందని, యిమ్మని, తెమ్మని, టపాచాల నడిపినారు శివరావుగారు బ్రాహ్మణులనునింది౦చారనే గుర్ర అని మనమూ, బ్రాహ్మణుల్లో గొప్ప వ్యక్తిని దిగజారుస్తున్నాడని వారూ అంటున్నారు! రెండూ నిజం కావు. శివరావు సత్యానికి నిలబడే మనిషి. పొరపాటు పడితే పడి ఉండవచ్చు. ఉద్దేశ్యంలో కల్మషం ఉన్నదంటే నేనంగీకరించలేని విషయం. న్యాపతి సుబ్బారావు పాత్రను శివరావు గారు పెద్ద చేసి చెప్పలేదు. చెప్పరు. వీరేశలింగంగారి టీము బ్రాహ్మణ, బ్రాహ్మణేతరులందరు కలిసిన టీము. వీరిలో ఆయన ఆ బ్రాహ్మణేతరులతోనే ఎక్కువగా తగాదా పడ్డరు. పరమ అసహ్యంగా వాడారు. ఆ మాట శివరాగారింకా నాతో కూడా అనలేదు. వ్రాయలేదు. నేనైనా వ్రాయలేదు. కావలనే వ్రాయలేదు.

వీరేశలింగం గారి కన్నా ఆత్మూరి Better Scholar అంత చక్కని టీమును చంపుకున్నారని అంత చెడ్డగా వ్రాయకుండా ఆ టీమును మెయిన్టేయిన్ చేసి ఉంటే ఫలితాలు యింకెంతో బాగుండేవని శివరావుగారు అభిప్రాయం. పురుషార్థ ప్రదాయిని టీము బ్రాహ్మణ బ్రాహ్మణేతర నాయకత్వంలో బ్రాహ్మణ వ్యతిరేకత లేని మంచి టీమని, ఇరుపక్షాలను చక్కగా కలిపి నడిపించారని కలిసి చర్చకూడా నిరావేశంగా సత్యనిష్ఠతో చేశారని శివరావుగారి ఉద్దేశ్యం. అందుకే ఆ సంఘ సభ్యుల పేర్లు ప్రత్యేకంగా అచ్చు వేశాము. రఘ్యన్ రాజ్యాంగాన్ని, గూర్చి , వారి వ్యవస్థను గూర్చి మెచ్చుకుంటు వ్రాసినవారని మరువరాదు.

Comprador శబ్దంలో స్పెల్లింగు తప్పుకు M P R భాద్యులు కాదు. స్పష్టంగా కాదు ....అప్పటికే ఆ స్కోరు మీద అంతగా ప్రాయనక్కరలేదనుకుంటాను. తక్కిన విషయాలు నేనెరగనవి. మీకు తెలియాల్సినవి . M P R మీ పేరెత్తియేమి ప్రాయలేదు. శివరావుగారే మిమ్మలిని పేర్కొని ప్రాశారు.

వీరేశలింగంగారి విషయమై మీరు ప్రాసిన ఇతర వివరాలలో వెళ్లడం లేదు. అభిప్రాయ భేదం అభిప్రాయభేదంగానే చూడవచ్చు. వేమన పుస్తకాలు పంపుతాను. రామమోహనరాయ మొదలైన వారి వల్ల విద్యాసాగర్ వల్ల ఇంగ్లీషు విద్య విధానం పట్ల మీరు మీ జాబులో వివరించిన దృష్టికి శివరావుగారు గాని, కాంప్రడోర్ ....చ్చుభావం గాని అడ్డుకాలేదు. శివరావు గారి దృష్టి సంస్కృత కళాకారుల దృష్టి కాదు... (సశేషం)

ప్రి.వెం.రావు

పొత్తూరి వెంకటేశ్వర రావు గారు

Andhra Prabha Private Limited

Express Centre Lower Tank Bund Road

Domalguda Hyderabad –500029

13/01/1986

మాన్య శ్రీ దిగవల్లి వెంకట శివరావు గారికి నమస్సులు

మీరు పంపిన వీరేశలింగం వెలుగునీడలు పుస్తకం అందింది. వీరేశలింగం గారి కృషి తక్కువ చేయకుండానే ఆయనలోని కొన్ని లోపాలను బయట పెట్టారు. వర్తమాన చరిత్రలో రాజకీయాల కారణంగా నిజంమరుగున పడుతున్నది. కనీసం గత చరిత్రనైనా సవరించుకొని ఉన్నది ఉన్నట్లు చెప్పుకోడానికి ప్రయత్నం మంచిపనే.

భారతదేశ కుల వ్యవస్థ అనే వ్యాసం Xerox కాపీ పంపారు అందులో. అవి నారికార్డులో ఉంచుతాను. కులవ్యవస్థ గురించి వ్యాసాన్ని ప్రచురించ మంటారా. ఉత్తరం ప్రాయండి

భవదీయుడు

పొత్తూరి వెంకటేశ్వరరావు

పుస్తకములో ప్రస్తావించబడిన ప్రముఖులు

అ,ఆ

అంకరాజు రామారావు,30,46

అడవి బాపిరాజు,31,32,37,48,62,88,117

అనీబిసెంట్, 76,77

అయ్యదేవర కాళేశ్వరరావు,110,112,134

అమరావతి శేషయ్యశాస్త్రి,1

అందవోలు నాగభూషణం, 4

అల్లూరి సీతారామరాజు,63,64

అద్దంకి సత్యనారాయణ శర్మ, 31,32,47,89

అద్దేపల్లి రామశేషయ్య,110

అనటపల్లి నారాయణరావు,138

ఆచంట చంద్రయ్య,52,

ఆచంట నాగరాజు,37,88

ఆచంట మునిప్రసాదరావు,88

ఆచంట రంగయ్య,50,51

ఆనంద మోహనశాస్త్రి(కొత్తా), 90

ఆమండి వ్యాసలింగంశాస్త్రి, 42

ఆస్వాల్డ్‌క్లే, 46

ఆచంట లక్ష్మీపతి,113

ఆమంచర్ల చలపతిరావు,134

అమృత రావు.K,74

అరుండేల్ G.N, 77

ఇ–ఉఊ

ఇమ్మానేని హనుమంతరావునాయుడు, 46

ఈరంకి నరసింహం, 32

ఉప్పులూరి రామాచారి, 132

ఉన్నవ రామలింగం పంతులు, 134

ఉన్నవ లక్ష్మీనారాయణ, 134

ఎ–ఓ

ఏనుగుల వీరస్వామయ్య,5,26

ఓమాండూరి రామస్వామిరెడ్డియార్,134

క,గ

కందుకూరి వీరేశలింగం,33,43,47,62–64

కందుల వీరరాఘవ స్వామి, 56

కనపర్తి సుందరరావు, 41,50,58

కనపర్తి శ్రీరాములు,41,58,

కనపర్తి ప్రసాదరావు,50,58

కల్లూరి వెంకట్రామశాస్త్రి,49

కల్లూరి చంద్రమౌళి,134

కల్లూరి సుబ్బారావు,138

కడప కోటిరెడ్డి, 134

కడప రామసుబ్బాయమ్మ,135

కడప జయభారత రెడ్డి,135

కవిరాజు(త్రిపురనేని)*139*

కవచవీడు రమణాచారి, *134*

కలమరిగిన నరసింహారావు, *63*

కళా వెంక్రటావు,*138*

కవికొండల వెంకటరావు,*32,62*

కవుతా రామమోహనశాస్త్రి,*90*

కస్తూరి సోమేశ్వరావు,*63*

కరంద,*134*

కాటూరి వెంకటేశ్వరరావు,*91*

క్యాండత్M.A,*67*

కావలి శంకరరావు,*112*

కార్తాకవి రామచంద్రరావు,*134*

కాశీనాధుని నాగేశ్వరరావు,*76,106–*

108

కాశీభట్ల బ్రహ్మయ్యశాస్త్రి,*47*

కాశీభట్ల కృష్ణయ్యశాస్త్రి,*89*

కుందా నరసిహమూర్తి,*7,25*

కుందూరి

వెంకటరత్నం,*42,43,50,51*

కుందూరి ఈశ్వరదత్తు,*43*

కుబ్జ విష్ణువర్ధన,*92*

కురుగంటి సీతారామయ్య,*72*

కూల్డ్రే,*47,48,61,62*

కూర్మా వెంటరెడ్డి నాయుడు(సర్),*64*

కాణితివాడ జమీందారు(తాడూరి

లక్ష్మీనరసింహం),*63*

కామ్రాజు అచ్చమాంబ (Dr), *32*

కాప్పుర సుబ్బారావు(అయప్ప), *88*

కేతయ్య,*95*

కృష్ణరాజ వడయార్,*114*

కోరుకొండ లింగమూర్తి,*43,59*

కోలవెన్నురామకోటేశ్వరావు,*90*

క్రొత్తపల్లి పద్మనాభశాస్త్రి,*37,74*

కొళందరెడ్డి,*112*

కొప్పుల్ల రామకృష్ణ ప్రసాదు,*137*

కొండా వెంకటప్పయ్య,*134*

కృత్తివెంటి నాగేశ్వరావు,*46*

క్షీరసాగరం (Dr),*115*

గజవల్లి రామచంద్రరావు,*43,54,57*

గండూరి (G)కృష్ణ,,*133*

గుడిపాటి సూర్యనారాయణ,*132*

గురుమంహంతు అప్పలస్వామి

పాత్రుడు *108*

గుంటూరు వెంకట రెడ్డి,*27*

గుమ్మడిదల మనోహరం,*41*

గుట్టం మల్లయ,*90*

గులాం మొహిద్దీన్సాహెబు,*112*

గొట్టిపాటి బ్రహ్మయ్య,*137*

గోర్రెపాటి వెంకటసుబ్బయ్య,*3*

గోవిందరాజుల సుబ్బారావు,*91*

గీరుకొండ వెంకటరత్న,*134*

గూదూరి రామచంద్రుడు.*134*

ఘంటసాల సీతా రామ శర్మ(Dr),

2,94–103,112

చ,జ

చంద్రిక నరసింహము,*52*

చక్రవర్తి.A,*49,71*

చల్లపల్లి హనుమంతరావు,*106*

చాగంటి సత్యనారాయణ,*32*

చాగంటి సుబ్బారావు,42,59

చింతపెంట వెంకటరమణయ్య,32

చిల్లెరిగె శ్రీనివాసరావు,90,

చిలకమర్తి లక్ష్మీనరసింహం,30-32,51,64,89

చిలుకూరి వీరభద్రరావు,31,47,89,92

చెరుకుపల్లి వెంకటప్పయ్య,56,75,90

చెరుకుపల్లి జమదగ్ని శర్మ,25,61

చెరుకువాడ నరసింహం,137

చెలికాని లచ్చారావు,47

చెల్లపిళ్ల వెంకటశాస్త్రి,2,139

జయంతి గంగన్న,42,50

జయంతి భగీరథిశాస్త్రి,2

జయంతిపురం రాజా, 113,114,119

జంధ్యాల మహతీశంకర్,3

జోశ్యులసాంబశివరావు,42,59

జి.యన్. రెడ్డి,139

ట,ఠ,డ

టంగుటూరి శ్రీరాములు,31

టంగుటూరి ప్రకాశం,46,137,138

త,ద,న

తణికెళ్ల వీరభద్రరావు,61

తల్లాప్రగడ సుబ్బారావు,74,117

తల్లాప్రగడ భాస్కర తిమ్మరాజు,40

తాడూరి లక్ష్మీనరసింహం,63

తుమిమెళ్ల సుబ్బారావు,46

తణికెళ్ల రామకృష్ణారావు,72

తల్లాప్రగడ చలపతి ,36

తిరుపతి వెంకట కవులు,88

తుర్లపాటి చలపతి రావు ,75

త్రిపురనేని వెంకటేశ్వరావు,137

తెన్నేటి విశ్వనాదం,134

తేజ్ బహదూర్ సాప్రూ,43

దంటు సుబ్బావధాని,27

దామెర్ల రామారావు,62

దామెర్ల వెంక్రటావు62

దామోజీ పురపు వెంకటనరసింహరావు,46

దాసు మధుసూధనరావు,112

దిట్టకవి సుబ్రహ్మణ్యశర్మ,70

దినవహి పురుషోత్తమరావు,108

దినవహి వెంకటపతిరావు ,108

దినవహి హనుమంతరావు ,108

దిగవల్లి వెంకట రత్నం ,39

దిగవల్లి సుబ్బారావు,39

దుగ్గిరాల రాఘవచంద్రయ్యచౌదరి,63,64

దుర్గి గోపాలకృష్ణారావు,46

దేవులపల్లి అప్పలనపసింహం,49

దోర్భల శోభనాద్రిశాస్త్రి,1

ధరణిప్రగడ శేషగిరిరావు,51

ధర్మపురి కృష్ణమాచారిగారి,46

ధర్మానంద సరస్వతిస్వామి,114

దొరైస్వామి అయ్యర్T.K,68

నల్లూరి పాపయ్యచౌదరి,118

నల్లపాటి హనుమంతరావు,134

నారాయణ అయ్యర్.K, *115*
నాళం కృష్ణారావు, *31*
నూతక్కి రామశేషయ్య, *74, 75*
నెమలి పట్టాభిరామారావు, *73,*
న్యాపతిసుబ్బారావు, *45, 108, 13*

ప, ఫ, బ, భ, మ

పట్టాభి సీతారామయ్య, *90,*
పరిటాల వీరన్న, *46*
పత్రి శేషగిరిరావు, *41*
పాలకోడేటి సత్యనారాయణ, *90*
పాటిబండ సుందర రావు, *11*
పాటిబండ అప్పారావు, *5, 8, 16*
పాదన్న భగవాన్లు, *90*
పిఠాపురం రాజా, *43*
పిట్టిసెట్టి రామరాయలింగం, *133*
పులవర్తి రామ్మూర్తి, *42, 50, 57*
పుల్లయC, *90*
పెద్దిభొట్ల వీరయ్య, *171*
పెంట్లాండ్ (Baron Pentland) *77*
పొత్తూరి వెంకటేశ్వరరావు, *195*
పోతరాజు నరసింహం పంతులు, *122*
పోత్తాప్రగడ శ్రీరామారావు, *75*
పోతూరి సుబ్బయ, *134*
పోరుంబాగ శ్రీకృష్ణయ్య, *134*
ప్రమోదకుమార ఛటర్జీ, *90*
ప్రయాగ వెంకట్రామశాస్త్రి, *42, 60*
బంగోరె (బండిగోపాలరెడ్డి), *139*
బందా సూర్యనారాయణ, *51*
బాజిన సూర్యనారాయణ, *64*

బాలయ్య
ఘట్టాచార్లిగారితమ్ముడుశ్రీరామస్వామి, *75*
బిక్కిని వీరస్వామి, *134*
బుద్ధవరపు నారాయణమూర్తి, *11*
బులుసు రామసోమయాజులు, *63, 64*
బుర్రా సత్యనారాయణ, *74*
బెందపూడి పేరాజు (Dr), *60*
బెజవాజవాడ గోపాలరెడ్డి, *90, 91*
బొడ్డపాటి సీతాబాయి, *88*
బోడపాటి శివరామయ్య, *63*
బొడ్డపాటి పూర్ణయ్య,
36, 38, 51, 65, 88, 104, 109
బోడపాటి సత్యనారాయణ, *32*
బ్రహ్మజోస్యుల
సుబ్రహమణ్యం(డా), *134*
భవ భూతి, *80*
భగీరధి శాస్త్రి, *2*
భట్టిప్రోలు శరభయ్య, *44*
మద్దాలి నరసింహారావు, *104*
మద్దూరి అన్నపూర్ణయ్య, *64*
మహతీ శంకర్ (జంధ్యాల) *3*
మహారాజా కృష్ణరాజ వడయారు, *160*
మంచాల వెంకటసుబ్బారావు, *104*
మతంచాల సుబ్రమణ్యంగుప్తా, *112*
మాదిరెడ్డి వీరభద్రరావు, *32*
మారెళ్ల రామచంద్ర కవి, *134*
మార్కు హంటరు, *54*
మీర్జా ఇస్మెయిల్ (Sir), *43*
ముడియం సీతారామరావు, *42, 43, 50*
ముక్కవిల్లి సూర్యనారాయణ, *49*

ముట్నూరి కృష్ణారావు,90,134,137

ముస్తఫా అలీ ఖాన్ 62

ముష్టి లక్ష్మీనారాయణ,117

ముష్టి సుబ్రహ్మణ్యం,90,117

ముప్పిడి జగ్గరాజు,47

ముక్త్యాల రాజా,117,119

మొత్తే కృష్ణరావు,56

మొచర్ల రామచంద్రరావు,108

మొదలి వెంకటరత్నం,50

య,ర,ల,వ

యల్లాప్రగడ పురుషోత్తం,43,59

యజ్ఞన్నారాయణ శాస్త్రి(వేలూరి),1

రమణారావు (Lt.Col.Rev),104

రంగాచారి V,68

రంగనాథన్ S.E,70

రంగస్వామి సరస్వతి,69

రంగస్వామి అయ్యంగార్ K.C,69

రామాప్రగడ వెంకటరామయ్య,42, 50

రాయవర పురామ్మూర్తి,30

రాజా సాహెబ్ సింగరాజు లింగయ్య,104

రాయప్రోలు సీతారామశాస్త్రి,4

రామచంద్ర రావు.D.S(Dr),110

రామారావు.U(Dr)S/O Krishna Rao,75

రాఘవేంద్ర రావు,B,49

ర్యాలీ సోమసుందరం,36

రాధాకృష్ణన్ S,71

రామకృష్ణ కవులు,48

లక్కరాజు బాలకోటేశ్వరరావు,91

వంగూరి సుబ్బారావు,31,47,89

వడ్డాది సుబ్బారాయుడు,30,32,33,46,49,

వడ్డమన్నాటి శ్రీనివాసదీక్షితులు,75

వడ్డమన్నాటి వెంకటరత్నం,24

వెల్లూరి పద్మనాభరావు,75

వెల్లూరి శ్రీరంగశాయి,75

వెల్లూరు వెంకటసుబ్బారావు ,75

వరహగిరి సరస్వతి బాయ్,177

వరహగిరి వెంకట గిరి,177

వావిలికొలను సుబ్బారావు,72,73-75

వాసిరెడ్డి దుర్గాసదాశివేశ్వర ప్రసాద్,117,119

వారియరు B.P,77

వాసిరెడ్డి చంద్రమౌళీశ్వరప్రసాద్,119

వాసిరెడ్డి వెంకటాద్రి నాయుడు,119

విన్సెంట్ స్మిత్,117

విశ్వనాథ సత్యనారాయణ,90

విశ్వనాథ దాస్,134

విస్సా అప్పారావు,49,60

వెన్నేటి రామచంద్రరావు,43,54

వెన్నేటి సత్యనారాయణ,43,52,54

వేటూరి లక్ష్మీనరసింహరావు,4

వేటూరి ప్రభాకర శాస్త్రి,137

వేదం వెంకటరాయశాస్త్రి,66

వేమూరి విశ్వనాథశర్మ,49

వేలూరి రామమూర్తి,90

వేలూరి చిదానందం,1

వేలూరి శివరామశాస్త్రి,*1–12*
వేలూరి సత్యనారాయణ,*90,114*
వేలూరి యజ్ఞన్నారాయణ శాస్త్రి,*1,2*
వేవర సత్యనారాయణ,*134*
వెలిదండ్ల హనుమంతరావు(Dr),*3*
వేలాల రామదాసు,*50*
వేలాల సుబ్బారావు,*50*
వ్యాసలింగ శాస్త్రి,

శ,ష,స,హ

శంకరన్ నాయర్,*67*
శర్మB.N,*110*
శివశంకరశాస్త్రి,*71*
శంకర శ్రీరామారావు,*3*
శివలంక శంభూప్రసాద్,*107*
శ్రీపాద కృష్ణమూర్తి
శాస్త్రి,*31,45,47,89*
శిష్ట్లా వెంకటకృష్ణయ్య,112
శ్రీపాదన్నభగవాన్లు,*91*
శ్రీపాద కామేశ్వరరావు,*46*
శ్రీపాద సుబ్బయ్య,*46*
సత్యవోలు గున్నేశ్వరరావు,*44,46*
సర్వేపల్లి రాధాకృష్ణనన్,*49*
సింగరాజు వెంకటసుబ్బారావు(రావు
బహద్దూర్),*104*
సింగరాజు లింగయ్య (రాజా
సాహెబ్),*104*
సింగరాజు మల్లపరాజు,*104*
సిరిగురి జయరావు,*72*
సిరిగురి హనుమంతరావు,*72*

సుబ్రహమణ్యఅయ్యర్ S(సర్),*77*
సుబ్రహ్మణ్యఅయ్యర్S.T.S,*68*
సురపూడి కనకరాజు,*32*
సుసర్ల గంగాధరశాస్త్రి,*21*
సూరి భగవంతం ,*28*
సూరి సుందరరామశాస్త్రి,,*104*
స్వామినాథ అయ్యర్.V, *72*
హవాయికావేరిబాయి,*63*
హంటర్,*54*
హేరంభచంద్ర మిత్రా,*43*
హెజ్మాడే,*3*

A, B

Achanta Subbarayadu,*101*
Addepalli Gurunada Rama
Seshayya,*100*
Adavi Bapi razu, *79,80,81*
Allen H.J,*67*
Allamsetty Kotayya,*84*
Anie Besant,*85*
Ankaraju Rama Rao*84*
Anantham D(Cannon
Rev),*101*
Ananda Rao,Dhanvada,*101*
Ankaraju Rama Rao,*84*
Andrews C.E,*85*
Amritha Rao.K,*72*
Ayyadevara
Kaleswararao,*100,101,105,*
125

Baru Raja rao, *97,125*

Balaji Das, *80*

Bhat U.C, *128*

Boddapati Purnaiah, *94*

Bipinchandra Pal, *82,,95*

Boddapati Seethabayamma, *100*

Brahmajyosyula B.G.Sarma, *130*

Bhaskar Iyer T, *85*

Bhavaa Bhuti, *80*

Brahmajosyula Subramaniam(Dr), *94*

Burhanuddin Saheb, *100,102*

C,D

Chellapilla Venkata Sastry, *94,96*

Couldrey O.J, *39,78,*

Cannon Dhanvada Anantham , *101*

Chandran T.L.R, *75,119*

Cherukupalli Venkatappaiah, *94,120–130*

Chunduri Venkata Reddy, *94*

Damerla Rama rao, *82,86*

Dhanvada S.Ramachandra rao (Dr) *101*

Dhanvada Ananda Rao, *101*

Damerla Venkata Rao, *80,82*

Davuluri Prasada Rao , *78*

Duggirala Gopala Krishnaiah, *84,125*

Digavalli Subba Rao (Dr), *125*

Digavalli Venkata Ratnam, *39,125*

Das C.R, *123*

Dinavahi Hanumantha Rao, *101,125*

E,F,G,H

Eamani Lakshmanaswamy, *95,96*

Ghulam Mohiddin Saheb , *100*

Ghantasala Sitarama Sarma (Dr), *103,125*

Ghantasala Satyanarayana, *94*

Gilbert Slater, *69*

I– L

Jandhyala Dakshina Murthy (Dr), *105*

Jayanthi Ganganna, *80*

Kasinadhuni Nageswararao, *96*

Rao, *75*

Kavali Shankar Rao , *100*

Kavikondala Venkata Rao, *80,82*

Kethayya, *95*

Khasa Subba Rao, *121*

Konda Venkatappaiah, *125*

Kothapalli Hanumantha Rao, *94*

Kowtha Srirama Sastri, *94*

Konda Reddy C, *105*

Krishna RaoU s/o Dr.U.Rama

Krupanidhi G.V, *128,129*

Kuppurswami Iyengar, *69*

Kurmayya, *103*

Kuppuswami Sastry.S, *71*

Lokamanya Tilak, *168*

M–N–P–R

Mark Hunter, *54,55,56,66,70–82*

Mocherla Ramachandra Rao, *125*

Mohammad Ali Baig, *81*

Mutnuri Krishna Rao, *94*

Murali Raju.Ch.V *125*

Nanduri Bangaraiah, *98*

Nanduri Mohan Rao, *105*

Nanduri Gopala Krishna, *105*

Nanduri Suryanarayana , *105*

Narayana Das, *80*

Neelaratan Sarkar, *95*

Nepalli Satyam, *84*

Nihal Singh, *128*

Nyapathi Subbarao, *97*

Prakasam T, *120,123*

Pongupati Nagabhushana, *96*

Potti Subbarayudu, *85*

Pentland(Baron), *77*

Painter D.I , *70*

Papworth H.G, *70,*

Pattabhi Sitaramayya, *94,125*

Panikkar K.M, *121,125,128,129*

Patibanda Appa Rao, *78*

Ram A.S, *79*

Radhakrishnan S(Sir), *84*

Rabindranath Tagore, *85*

Reverrd Cannon Anantham D, *101*

Ramachandra Rao D.S(Dr), *81,101,125*

Rev.Noble,*101*

S,T

Slade(Miss),
Srinivasan,K,*129*
Shambhunadh
Mallick(Dr),*94,95*
Subrahmanya Iyer S(Sir), *77*

Sankara
Venkatramayya,158
Singarzu Subbarao 150
Singham Setty Narayana
Murthy Setty,161,162
Sivalanka Sambhu Prasad
,157
Sivalanka
Mallikharjunarao156
Somanchi Seshagiri rao,136
Somanchi Bhimasankaram
,136
Subrahmanya Iyer S(Sir), *77*
Subbayya Chaudhari
P.V,*127*
Syamasundar
Chakravarti,156
Tanguturi.Prakasam,
184,188,,190,196
Toupe V.V,149

U,V

Varrieer Elwin,144
Vadrevu Narasimha rao,132
Vaddadi Subba Rayadu,140
Velagaleti Dasaratha
ramaiah,196
Vissa Appa Rao,141
Vokkalanka China Kama
Raju ,136

దిగవల్లి వేంకట శివరావు

జననం: కాకినాడలో 1898, ఫిబ్రవరి 14. చదువు: బి.ఎ., బి.ఎల్.
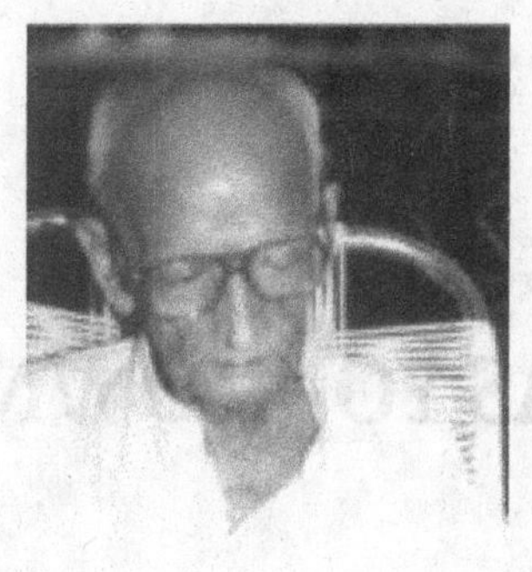
రాజమండ్రి వీరేశలింగం హైస్కూలు (1910– 1916), మద్రాసు ప్రెసిడెన్సీ కాలేజి(1916–1920), మద్రాసు లా కాలేజి (1920–1922). విజయవాడలో ప్రముఖ న్యాయవాది (1922–1970). వీరు అలనాటి తెలుగు రచయితలలో అగ్రగణ్యులు. చరిత్ర పరిశోధకునిగా గుర్తించబడిరి. 1928 నుండి 1992 వరకు సుమారు 60 పుస్తకాలు రచించారు. వాటిలో 45 ప్రచురించబడినవి. వీరి వ్యాసములు సుమారు 300 వివిధ పత్రికలలో 1923 నుండీ 1988 వరకూ ప్రచురితమైనవి. స్వతంత్ర సమరములలో వీరి మీద 1930–33 మధ్య రెండు సార్లు

బ్రిటిష్ ప్రభుత్వం వారిచే రాజద్రోహపు కేసులు పెట్టబడినవి. 1959 లో వీరి ఆఫ్రికా జాతీయోద్యమమను పుస్తకమును భారత రాష్ట్రపతి డా. బాబు రాజేంద్రప్రసాదు గారు ఆవిష్కరించిరి. 1966 లో రాష్ట్ర ప్రభుత్వము చేత సన్మానింపబడిరి. బ్రిటిష్ ఇండియా యుగం 18,19 శతాబ్దాల నాటి చరిత్రలు వీరి ప్రత్యేకత. 1960 దశాబ్దములో రాష్ట్ర ప్రభుత్వం ప్రచురించిన తెలుగు పరిభాష (గ్లాసరీ) నిఘంటువు సంకలన సభ్యులు. వీరి రచనలు, వ్యాసములు అనేక చరిత్ర పరిశోధకులు పి.హెచ్.డి పొందుటకు తోడ్పడుచున్నవి. ఏనుగుల వీరస్వామయ్య గారి కాశీయాత్ర చరిత్ర వీరి పరిశోధనా పటిమకు నిదర్శనం. మరణం: భోపాల్, మధ్య ప్రదేశ్ లో 1992, అక్టోబరు 3.

★★★

ఎడిటర్ డా. దిగవల్లి రామచంద్ర జననం 1943. M.Sc (IARI Soil Science)., Ph.D (Agronomy). విశ్రాంత AGM, Bank of India. 2015 సం. నుండి తమ తండ్రి గారి అప్రచురిత గ్రంథములను సంకలనం చేసి ప్రచురించుచుండిరి.

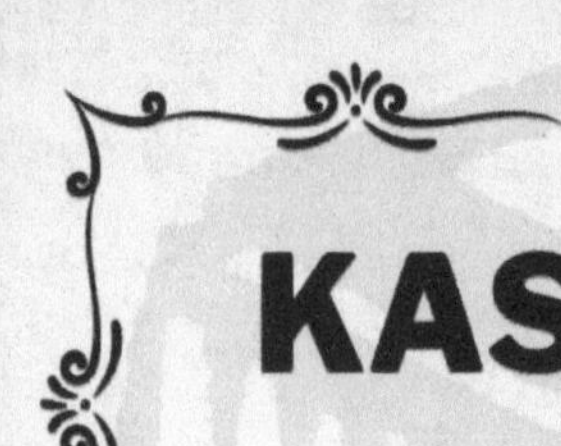

KASTURI VIJAYAM

00-91 95150 54998

KASTURIVIJAYAM@GMAIL.COM

SUPPORTS

- PUBLISH YOUR BOOK AS YOUR OWN PUBLISHER.

- PAPERBACK & E-BOOK SELF-PUBLISHING

- SUPPORT PRINT ON-DEMAND.

- YOUR PRINTED BOOKS AVAILABLE AROUND THE WORLD.

- EASY TO MANAGE YOUR BOOK'S LOGISTICS AND TRACK YOUR REPORTING.

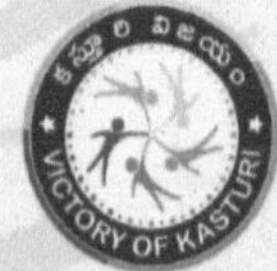